SMILER
CAN CHANGE IT ALL

Gegga is a passionate person who likes to touch people's lives with the power of creation. She is gifted at using her insight and experience to encourage people to explore the untouched grounds of the human mind to achieve more happiness. It is her passion. For that reason, she created SMILER, which she calls the instrument of joy. SMILER has the purpose of raising empathy and harnesses our mutual responsibility to improve the world. She believes everyone can be a *Smiler* within.

For about 30 years, Gegga has worked as a midwife and nurse, both in general departments and also in a psychiatric ward.

She has a keen interest in spirituality and has attended the workshops of N.D. Walsch, the author of the best-selling books *Conversations with God*. Gegga also teaches *The Work* by Byron Katie, a powerful method for developing inner peace and freedom in difficult situations.

Along with her jobs in the health sector, Gegga gives lectures and hosts workshops about SMILER. She has a B.A. degree from the Icelandic Academy of Arts and is a practising artist in various mediums. Her artwork characterises respect and love for life itself in all of its forms.

"You are your own powerful creator" is a statement that is often heard when one speaks with Gegga. In her daily life, it is natural for her to speak about God's power in a relaxed "soul chat" as she puts it. Gegga is an NLP practitioner-coach who loves to support her clients on their path in life. She believes that each of us—in our own unique way—is a messenger for love, something she is particularly good at reminding us of. In her own easy way, she even makes the responsi- bility that comes with this fun and exciting.

Through the SMILER website, Gegga works to spread this philosophy and empower people by uniting their strengths to improve the world we live in.

Creating life together and having fun is so simple, but only if we believe in it.

Visit the SMILER website to see creative people
who are changing the world.
www.smiler.is

GEGGA

SMILER
CAN CHANGE IT ALL

smiler

MAKE YOUR MARK GLOBAL PUBLISHING, LTD
USA & Monaco

SMILER Can Change It All © 2021 Gegga (Helga Birgisdottir)

Published by Make Your Mark Global Publishing, LTD The purpose of this book is not to give medical advice, nor to give a prescription for the use of any technique as a form of treatment for any physical, medical, psychological, or emotional condition. The information in this book does not replace the advice of a physician, either directly or indirectly. It is intended only as general information and education. In the event that you use any of the information in this book for yourself, as is your right, the authors and publisher assume no responsibility for your actions. No expressed or implied guarantee of the effect of use of any of the recommendations can be given. The authors and publisher are not liable or responsible for any loss or damage allegedly arising from any information in this book.

Without limiting the rights under copyright reserved above, no part of this publication may be reproduced, stored in, or introduced into a retrieval system, or transmitted in any form or by any means (electronic, mechanical, photocopying, recording, or otherwise), without the prior written permission of the copyright owner.

The scanning, uploading, and distribution of this book via the Internet or any other means without the permission of the publisher is illegal and punishable by law. Please purchase only authorized electronic editions and do not participate in or encourage any electronic piracy of copyrightable materials. Your support of the author's rights is appreciated. And karma will get you if you violate this anyway!

While the author has made every effort to provide accurate information regarding references and Internet addresses at the time of publication, the author does not assume responsibility for errors or changes that occur after publication. The authors also do not assume any responsibility for thirdparty websites and/or their content.

Photo on cover: Bjarney Lúðvíksdóttir
Layout: Valdimar Sverrisson
Library of Congress Cataloging-in-Publication Data
Library of Congress Control Number: 2021948416
SMILER Can Change It All
First edition: December 2013
Fernley, Nevada
Publisher: Make Your Mark Global, LTD
p.196
Trade Paperback ISBN 978-0-9980745-3-5
Subjects: Self-help techniques

Summary: You are a Smiler within, a Powerful Creator of your life and experiences. Thoughts, Words and Actions are your magical tools and when you mix them with Love, Joy and Gratitude your life will blossom. This book includes touching real life stories, wit and insightful lessons the artist learned on her journey to set herself free to create her life with joy while inspiring others to do the same.
Printed in the USA & UK

PRAISE FOR SMILER

"This book is a breath of fresh air that reminds us that even when a smile feels a million miles away, the simple act of turning up the corners of your mouth activates neurological process that releases endorphins and makes life feel more worth smiling about, even if you only "fake it 'til you make it." With a smile on your face, take in this trove of spiritually-illuminating inspiration, feel your heart open, watch your judgments fall away, discover more acceptance for life as it is, notice how gratitude blossoms and kindness flows, and over time, even the most gloomy moments can transform into genuinely joy. A book definitely worth smiling about."

-Lissa Rankin, MD, *New York Times* bestselling author of *Mind Over Medicine*

"Loved this book. This book will totally transform your thought process, unleashing your creator within. I wholeheartedly agree with Gegga when she says, "Happiness is a choice—and so is misery! The choice is yours."

- Rúna Magnús, the internationally awarded personal branding speaker & strategist, author of *BRANDING YOUR X-FACTOR*."

"This book is something! If you have any, any conflict or doubt in determining your higher power and to look at yourself as a creator of your own life... then this is the book to read."

- Ingolfur Hardarson, author of the book *A journey to freedom.*

TABLE OF CONTENTS

This book is no accident 15

Into a new life 17

Would you like to smile and change the world? 19

Smiler is an instrument of joy 21
   An idea is born.. 21
   An idea takes shape 22
   Be a Smiler 25

Is God more valid than you? 29
   Who creates God... and the rest of us? 29
   Align yourself with God 33

Thy will be done 37
   BE the feeling 38
   Try your dreams on for size 39
   The tools of creativity 41

Give with joy 43
   A smile is a magnet for your dreams 45

The power and the glory is in your smile 47
   Happiness is a choice – and so is misery! 47
   Smile and get well 49
   You can run a shop with a style – if you smile! 51

Give yourself good gifts 53
   Iceland – a poem by Em Clair 55

Tools that work 57

- Positive affirmations 57
- Envision 58
- It is all about gratitude 60
- Happiness diary 65
- The past and future NOW 65
- Prayer 67
- Meditation 68
- Smile five times a day... for no reason 70
- Music and other art 73
- Pampering 74
- Laughter yoga 75
- Play day 76

Gratitude list – for what I have 77

Gratitude list – for what is coming to me 78

My intention 79

FOREWORD

What if you had a magic wand, or a mystical potion or a special spell that you could use to wash away pain, sorrow and drama from your life? How often would you use it? Personally, I would use these magical tools several times a day, every day!

In times of distress, despair or inner turmoil, I have often found myself wishing for miracles. In times past, I have searched for solutions outside of myself in the hopes that someone somewhere — whether up the block or up in Heaven — could rescue me. I'm happy to say that today my search is over. I now manifest magic and miracles on a daily basis. This book explains how I do it, and how you can, too.

The pages of this book are laced with an empowering and inspiring philosophy, one that touches my heart personally, resonates with my spiritual practice, and is aligned with my professional service. I believe that, as the subtitle promises, "Smiler can change it all."

From Iceland, a country that truly believes in magic, fairies and elves comes SMILER, a magical instrument of joy. My dear friend, Gegga, a talented artist, gifted speaker, compassionate nurse and skilled midwife created SMILER at a time when she, too, needed some magic. Dealing with intense sadness, pain and low self-esteem, she heard wise words that encouraged her to bring forth her own miracle.

"If you smile five times a day, FOR NO REASON, you can change your life in 90 days."

This simple quote from Buddhist monk, Thich Nhat Hanh, inspired Gegga to take matters into her own hands — and face! Gegga created SMILER, the precious, dog-bone shaped pendant that you put between your teeth to create a smile—thus transforming your body and brain from within. This wonderful creation had been sitting in a drawer for years after its creation while Gegga was in art school. With new passion and purpose, she decided it could help her follow the wise guidance she so needed to heed.

As a physician and acupuncturist, I have seen miracles of healing in many patients as they decided, that is, made a conscious decision to realign their minds and actions with peace or joy. I know the power of positivity can transform our body chemistry and even alter the magnetic fields that surround us. Thus our mood and attitude get transmitted to others without even trying! By taking control of our attitude, we activate the gifted healer within us.

In this book, Gegga reveals how each of us is also a powerful Creator and that we carry the magical ability to transform our lives with the simple gesture of a smile. :-)

Gegga and SMILER offer you, the reader, a gentle reminder that you can shift your attitude and attention at any time. With one decision you can let go of a victim mentality and rise again into the powerful Creator you are meant to be, a Smiler.

But don't worry, Gegga and her beautiful SMILER are not here to preach at you nor judge you! Though the messages will encourage you to strengthen your faith, the path of a Smiler is not religious, it is deeply spiritual and personal.

The real You, what some may call your soul, is a pure off-shoot of divine consciousness, or God. Living on this earth requires that you forget (temporarily) your divine origins, but eventually you will find your way back to Source. That is the spiritual journey we are all on.

Gegga shares stories from her personal journey through life, filled with lessons that illustrate the power of our true Selves, and how we can reconnect to our pure, loving, joyful nature at will. With humour and honest vulnerability, Gegga reveals how every crash in life contains a spiritual lesson. We are encouraged to look for the meaning and messages in our screw-ups, stumbles and missteps to become stronger, more resilient and happier people, just as she has done.

I am honoured to provide a voice of support to Gegga and the Smiler philosophy as I believe that when each of us takes control of our own attitude, we can direct our attention to others more skillfully. Together we can change the world — one smile at a time.

May this book bless you as it has done for me and my family,

Dr. Andrea Pennington
Monte Carlo, Monaco
August, 2017

MY HEARTFELT THANKS...

I am so thrilled to see the publication of my first book. The following people gave me guidance and support along the way, and I want to thank them from the bottom of my heart:

Neale Donald Walsch, author of the *Conversations with God* book series, inspired a faith in me that changed my life in a more positive way than anything else has. It is first and foremost due to his personal encouragement that this book exists.

Em Claire gave her poem "Iceland" to be published in this book. With her interpretations and insight she has touched my heart in the most wonderful way.

Hildur Halldórsdóttir has been an invaluable source of encouragement and support. She has taught me never to give up on my dreams.

Trausti R. Traustason is a good friend who as always there for me when I needed assistance in the computer-world. He passed away 2015 – I know he is having good time wherever he is, but I miss him very much.

Bjarney Lúðvíksóttir is a very generous person in fact a human angel. She is the creative genius that designed both the cover of the First book an the Smiler's website

The publisher of my book, Björn Eiríksson, is a very giving person, who beliefs in love´s miracles and I am grateful to him for believing that the book is a good addition to our world.

Valdimar Sverrisson did the layout job of the book and we sat for hours on end discussing particulars of all kinds. We proved how easy it is to convert work into fun.

My friend Vífill Valgeirsson is so important to me. He very generously allowed me to use his facilities, was always ready to lend a hand, and played a huge part in turning my Smiler into reality.

Andrea Pennington is not just a supporting friend, she is also a wise medicine doctor with knowledge in holistic healing who believes the SMILER'S philosophy can change people lives.

Jón Gunnar Gunnlaugsson, dear friend, deserves honor and thank's for making the tin version of Smiler.

I also thank my good friend Ingólfur Harðarson, for encouraging me and helping me make this book visible as an e-book.

The following ladies have provided me with amazing support, encouragement and advice: My lovely daughter Tara Sverrisdóttir, my mother Edda Svavarsdóttir, my sister Matthildur Birgisdóttir, and my friends Hulda R. Árnadóttir, Alda Sigmundsdóttir, Ólöf Sverrisdóttir, Jóna Thors, Heiðdís Þorsteinsdóttir, Ólöf Björk Þorleifsdóttir, Eva María Jónsdóttir, Harpa Einarsdóttir, Bergljót Arnalds, Áslaug Kirstín Ásgeirsdóttir and Guðrún Egilson. I also want to thank my favorite son, Birgir Sverrisson, for believing in this book.

Finally, I want to express my deepest gratitude to all those who embrace the Smiler philosophy, believe in it, and use it in their daily lives... for their own benefit, and that of others ☺.

Gegga Birgis

THIS BOOK IS NO ACCIDENT

When you have a clear vision of your dream and give it yours very best, then life moves in to help you.

Many years ago I began reading a series of books that effectively turned my life upside-down, in the best possible way. The series was called *Conversations with God*, and I absolutely devoured them. As I was reading, my body and spirit repeatedly cried out: YES! – YES! – YES! – and again YES!

One day I was talking with some friends about whom we would most like to meet. I said I would choose Neale Donald Walsch (the author of the aforementioned books).

That day when I got home, I flicked on my computer and found an e-mail from a friend. She was telling me about a workshop in England that she thought might be interesting, and the facilitator was none other than N.D. Walsch. I'd had no idea that he even gave workshops!

Was this an accident... or? Instantly my belly was filled with butterflies. Gosh! How I wanted to go! But my financial situation at the time did not exactly allow it. I had just spent a hefty sum staging an art exhibition, and had not sold a single painting!

And yet I did not want to give up, so I examined the possibilities from all sides. One option was to take some paintings with me that I could auction off while there, letting the proceeds pay for a portion of the workshop fee.

A short while later I had a telephone conversation with a woman who works as a medium, and as such has access to worlds beyond this one. I told her of my desperate longing to go to the workshop, and the difficult decisions I had to make. I admit I was a little irritated due to the self-pity I was feeling. She hesitated for a few moments, then said: *"Jónatan" (who was not of this world) says that you will sell three paintings, and they will pay for your trip.* He will make sure of it, because 'YOU ARE SUPPOSED TO MAKE THIS TRIP'." I feebly replied, "Do you think he could make it four, so I can buy something nice in the Duty Free Store?" She informed me that this was no laughing matter – I was meant to go to the workshop. I promised to do as she said; after all, what else can you do when an important medium gives such an order?

> For all sad words of tongue and pen, the saddest are these, "It might have been."
> – John Greenleaf Whittier

"Jónatan" kept his word and I sold three paintings over the next three days. I made the trip. When I arrived at my destination, I was told that I did not have to pay – I was getting the workshop for free. (Iceland had made headlines in the news that day, October the 6th 2008, as it was in the midst of an economic meltdown.) Such generosity! Still, I had taken along some paintings, which I handed over with gratitude. They were later auctioned off, for precisely the sum that I had originally expected to pay.

Two years later, the aforementioned N.D. Walsch sat at my kitchen table, and urged me to write this book that you are now reading ☺.

INTO A NEW LIFE

This book is written as a consequence of my unfaltering belief that the world can be improved with a smile ☺.

When we smile, we feel good, and we pass on that good feeling to others. Even the grumpiest people cheer up when someone smiles at them. I speak from experience: I used to be the grouchiest grouch of them all – some of the time, at least.

Throughout my life I had often wondered what its purpose was, and had asked my Creator some big questions. Yet for the longest time, I found the answers lacking. I was not as happy as I longed to be, and had a hard time understanding why my life wasn't working out the way I wanted it to. Today I have a better understanding of the reason – I was having a hard time loving myself *unconditionally*. No one had taught me how to do it. I rarely felt OK just as I was... I was never quite "enough", or so it felt to me. I made unconscious demands on others... such as that they "make me" happy. At the same time I took responsibility for their happiness. This was both a difficult and complicated thing to execute, and I failed again and again. My self-image was in tatters.

I had always believed that God was good, but I seriously doubted that he thought I was good. For that reason I did not trust him very well. I was quite sure that he took a limited interest in me and my problems.

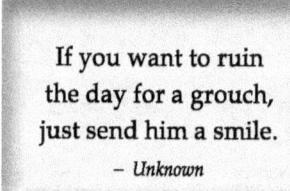

If you want to ruin the day for a grouch, just send him a smile.
– *Unknown*

Now, at last – when I have reached middle age – I have realized that I am my own creator. I am a part of God, and I have manifested most of the good and bad in my life with my own free will. Making this discovery was a huge relief for me, yet at the same time quite a hard thing to swallow.

Each and every one of us has an important role to play on this earth. We are links in an unbreakable chain – just as drops that fall into the sea off the shores of Iceland and Africa are a part of the same phenomenon. Yet people like me are prone to mental laziness, and often cannot be bothered to act according to our own best judgement.

There is no new philosophy under the sun, but through my writing I would like to share with you my thoughts and vision of life, existence, and my "good" version of God – which I know is an incendiary subject.

☺ I share true stories of myself, and hope that you enjoy them. It is my sincere wish that, by reading this book, you will gain a stronger sense of the force within us all, and just how powerful we can be when it comes to improving our own lives – if we care to do so.

WOULD YOU LIKE TO SMILE AND CHANGE THE WORLD?

Are you fully aware of the impact you have on your surroundings and other people? Is it crystal-clear to you on a daily basis? We all influence others, and there is always someone who sees you as a role model, whether you like it or not.

Of all our feelings, joy is the one that forges the strongest bond between us. It gives us a sense of togetherness. It is so strong that laughing with those you love comes close to absolute fulfilment (read as orgasm) :)

Is happiness just luck – something that happens to us accidentally? Or is it a question of making a decision – an attitude that one learns to adopt? *Happiness as an attitude is a far more realistic and useful concept than happiness as luck, and gives us power over our own lives.* After all, different people experience different levels of happiness, even when their circumstances are similar.

Some years ago I decided that nothing is a coincidence, and that is one of the smartest decisions I have made to this day. I am the Captain on my ship and if I want to bring some fun and joy into my life – I'd better behave as if everything is going my way. It has a great impact on other people if YOU are happy. It makes you better able to radiate love and caring out to the world, and to help others. People will probably be infected by your happiness and positive attitude. That way you give those who come into your life a precious gift. Conversely, others can also be infected by your unhappiness... like a viral infection that no one wants. Unfortunately, that was often the case with me in the past. Today it hurts me the most to think of my children, who were poorly equipped to protect themselves against my temper, which could erupt without warning ☹.

It is said that every one of us is a divine healer, and we know that a sick person needs both loving care and medical treatment to be healed. One little smile during times of difficulty can provide hope and make for a great change... the glass that was previously half-empty is suddenly overflowing. And yet it is not always easy to send someone a smile, and often it is those that we have the hardest time smiling at that most need our smile. Don't wait – start with the mirror – and watch the miracles happen.

> **Most smiles
> are generated by other smiles,
> so why don't you start?**
> – *Unknown*

SMILER IS AN INSTRUMENT OF JOY
An idea is born

At the turn of the last century I was nurturing the creative force within me as a student at the Iceland Academy of the Arts. Even so, I was not entirely content with my life. I was prone to sitting on the "pity pot" and often considered life harsh and unfair. As if that were not enough, I felt guilty about not being sufficiently happy. I had everything: A house, a man in my life, children, a car, a dog. I was living the romantic dream... my own dream since childhood... except the love wasn't thriving, and my heart was lonely.

At school I was given an assignment to design a utility object of some kind that had an unusual purpose – or even no specific purpose. That is when my "instrument of joy" idea was born. Why wait for happiness – for something good to happen so I could feel happy? Why didn't I just take the initiative and smile at the gloom and doom?

The outcome of my project was an object that somewhat resembled a dog bone. I wanted to pay homage to dogs for their amazing ability to feel joy over the smallest things and then to

> **It is virtually impossible to smile on the outside and not feel better on the inside.**
> – Unknown

generously pass that joy on to others. The object was shaped like a crescent and could be placed between the corners of the mouth to push them outward and up, creating a smile. It was practically given that anyone who saw the object being used, would not be able to resist smiling back. I envisioned the object being put into the mouth of an unsuspecting grouch, who would subsequently explode into giggles. I visualised embarrassing accidents as people literally wet themselves with laughter. No medication or drug can create relaxation the way unrestrained laughter can, the muscles literally become paralyzed, and if you are in mixed company when that happens it can bring about unfortunate results. "Wouldn't it be great if my instrument of joy were to bring about such unhappy accidents?" I thought.

My dream was to bring this idea to fruition and to have it sweep the world… but my big dream ended in a drawer, where it slept for eight years.

An idea takes shape

Every single one of us is tremendously important in this world, and we can each have a powerful, positive effect on other people's lives. We are all made differently, yet we have similar potential, and each of us possesses a variety of talents that makes us wonderfully diverse. Yet one thing we have in common is that we are all *creators* – each in our own way.

Every time you get an idea that ignites a fire in your heart, you should follow it. It could make all the difference, both to you personally, and to the world. When you create with joy, you nourish your soul, and that makes you just a little more divine ☺.

> „If you smile five times a day for NO REASON,
> you can change your life in ninety days."

I heard this statement, which is attributed to the Buddhist monk Thich Nhat Hanh, when I was taking part in the aforementioned workshop in the United Kingdom in 2008, in the early days of the financial crisis. I felt like I had solved a mathematical puzzle, and all the pieces suddenly fell into place. I was absolutely positive about the truth in those words, and they became inscribed in my mind. Nevertheless, I realised that incorporating such thinking and behaviour into my daily life could be a difficult task. Still, I decided to do my best, and came home to Iceland with this piece of wisdom tucked under my belt.

My country had suffered an economic meltdown, and the outlook was bleak. Everywhere there was anger and despair, and people were confused and bewildered by the sudden changes in their lives. Steadfastness in adversity is an excellent quality that the Icelanders have cultivated over the centuries, and one that has helped the nation pass through many hardships. Certainly it is possible to go far on determination alone, but we can move further still if we are willing to incorporate new ideas.

Good things come in threes, as the saying goes, and I certainly see this in a philosophy I have adopted, which adds up like a well-conceived mathematical formula:

Concentration + positive attitude + persistence = VICTORY!

> A smile is a mighty weapon,
> you can easily break ice with it.
> – Unknown

I found myself compelled to open the drawer and to pull out the joy instrument from school. Finally my gadget would be put to use, sowing the seeds of smiles in the desolate landscape ... for my own benefit and that of others. It would have a dual purpose: First and foremost as an instrument of joy, to remind us that we each create our own reality with our attitudes and our power within. We are always given the choice to play our best card in any given situation. Secondly the gadget should be designed as an attractive unisex necklace for people of all ages.

I experienced many setbacks in the development phase, and it was as if all thinkable hindrances came my way at the time and I often thought about quitting. Yet I persisted, knowing in my heart that everything has a purpose. Through that process I met some wonderful people, and I learned more about determination and patience than I had in my previous twelve years as a midwife. Designing this object was my passion, and I was perfectly convinced that it could help bring about change in the world. There was no question that I had to realize my dream, even if the time and cost involved were beginning to exceed my original plans. The object itself also helped me along in the process, reminding me that *I am my own creator.* And anyway, I had to stay true to the message I was preaching – I could not be known for giving up! I decided to "fake it till I made it". Each time I felt engulfed by despair I clutched the object and forced a positive thought into my head. Sometimes I even managed to squeeze forth a relatively genuine smile. And if neither happened, I quite literally stuck the thing in between the corners of my mouth and lo and behold, a miracle happened, and the best solutions presented themselves.

After a nine-month gestation period and a very difficult labour, my fully formed "saviour" was born, and smiled cheerfully at his midwife. And so I named him Smiler.

Be a Smiler

Not everyone realizes that there is a Smiler deep in their hearts.

When we smile, our energy changes, and we begin to heal ourselves and our surroundings. A true Smiler is everyone's friend, always sees the best in people, and genuinely wants to make a difference. The Smiler adores joy, and resists negativity.

Though the Smilers' job can be difficult, they are at ease with their role and look upon themselves as equal to other masters. These were masters who wanted to change the world, like Christ and Buddha – who turned water into wine, grief into joy, fear into love. Smilers know, as these masters did, that together we can make the world into a Paradise if we truly want to, and can be bothered to make the effort.

Jesus healed the sick, and so can smiler. Maybe not as fast, but equally well. This is depicted, for instance, in the film Patch Adams, a true story about a doctor who treats his patients with smiles, laughter, love and compassion. This method is frequently underestimated. It is cheaper than traditional medical treatments and also a lot more fun ... although traditional treatments obviously have their place.

> The moment one thinks about the welfare of other beings, one's mind automatically widens.
> – *Dalai Lama*

I had the great luck to meet Patch once and participate in a Workshop with him. He is a remarkable man and the biggest Smiler I have ever encountered. He always dresses up in his clown uniform wherever he goes in order to wake people up and make a connection on a good note. He never prescribes antidepressive drugs for example, he says that depression is not a disease – only a symptom for loneliness. This extraordinary doctor has never taken a penny for his medical services – works for pleasure only.

One thing is for certain; when I am "a Smiler" I am exercising the divine within me. As I have said before, I have not always had faith that God could help me – that he was on my team. And yet, I really wanted to trust him. I decided to test his patience, to see how far he would go to prove to me that he existed and loved me unconditionally – after all, that was said to be one of his hallmarks. Some people may consider this childish, but to me it was necessary. For example, I repeatedly asked him to find lost objects for me... which he did, with his great sense of humour. After I had built trust in this way, I was able to leave larger and more important tasks to him.

I have a wonderful daughter, who like most of us was once a teenager. She had a few difficult years, where she was very unhappy, she disliked herself ... and life itself. It was of enormous importance to me that she cultivate a belief in a Higher Power that she could turn to for support.

> **Smile is a passport which takes you were ever you want.**
> *– Unknown*

Once when I was out somewhere, she called and asked me to come home immediately because she was locked out of the house. I was busy with something and could not leave, but I smiled through the phone and told her, "Say a prayer, darling, and ask God to take care of it. I'm sure he will let you in. He always comes through." I was absolutely serious when I said this. She was furious, and hung up on me. "Oops!" I thought, "Was I a little too impulsive, perhaps?" (And if so, it wouldn't be the first time!) A few moments later she called back, sounding a bit sheepish... and also surprised. She had taken my advice and "asked that God you keep talking about" for help. It then "occurred to her" to look beneath a sculpture that was on the porch – and there she found a key. I was amazed! Who on earth had put a key there?? No one – as far as I knew. I was enormously relieved that my preaching had not ruined everything and thanked God for saving the day – once again.

Divine guidance has also served me well while travelling. A few years ago I spent two months at an international ceramic centre in Shigaraki, Japan. The prospect of travelling solo from Iceland to a small town in Japan made me a little nervous – to say the least. I had to take two flights, several trains, and a coach. So when I had got on the plane, I fervently asked God (ordered him really) to be my travel guide and companion, the entire way.

On landing in Tokyo, as I waited in a loooong line to the passport control, I "happened to" strike up a conversation with a Norwegian woman who worked as a cultural officer. On this trip she was on business that involved... what else?... ceramic art! A Japanese associate of hers came to the airport to pick her up. He offered me a ride into town (an hours' drive)... and also lunch! He then took me to the train station, where I caught a train to Kyoto. On arrival I was very tired and could not wait to crawl into bed at my hotel – my plan being to spend a night in the city before continuing with my journey. I got into a taxi and handed the driver a scribbled note with the name of the hotel. He did not understand any English, and judging by his body language he seemed to have no idea of whether this hotel existed or not. Once again I found myself out on the street, lost and disoriented. Finally I approached a young girl. She did not understand any English either, but her response was encouraging, and she began calling people on her mobile. I could not comprehend a word, but was comforted by her smile.

Finally, just as I was about to collapse at her feet, she led me to a taxi, got into the front seat, and gave the driver directions – to my hotel! There she got out, and she stayed by my side until I had opened the door to my room on the fourth floor! She refused to accept a penny for her efforts – only SMILED generously before saying a polite goodbye. What a Smiler!

IS GOD MORE VALID THAN YOU?

What is God, anyway?... "All that is" – or an untouchable being in heaven, looking down on us poor fools below? – Fools who deserve love, certainly, but who still need to be put in our place on a regular basis. Some people even say we could wind up in the big penalty box – hell – for all eternity, unless we behave – whatever behave means.

Who creates God... and the rest of us?

I believe that it is important for us to understand our faith, whatever it may be, and to examine it well. Our faith directs our thoughts, actions and emotions.

If I drive a car at 120 km per hour, I'm pretty sure I'll get a fine. That's why I don't do it. It is wise to choose a faith that gives us useful guidance and a sense of well-being.

A higher power can come in many different forms, and we are free to choose among them. Many religions have defined the "right" God for their congregations – and woe to anyone who puts their money on the "wrong" God.

If God is "ALL THAT IS", then it also means that there is no – thing that is not God. *Therefore you and I are inextricable parts of the great Creator. In that sense we are "one with all", and nothing can separate us from one another... even if it may seem otherwise in this life.*

If we believe that God is above us, like some authority figure that demands from us certain types of behaviour, our lives are likely to be difficult. For a normal person it is hardly possible, if not downright impossible, to adhere to a multi-faceted and complex set of creeds and dogma that are perpetually changing. I am constantly amazed by the extent to which guilt and shame have controlled me over the years (... and I know I am not alone). It can be enormously hard to let go of that kind of self-flagellation. To do so I must create a new image of God for myself, different from the one I learned to adopt as a child. For example, why was I told, and other children too, that God lived in heaven – way off in the distance? Where is this heaven, anyway? If living beings exist on other planets, are you and I then not in heaven – as seen from their perspective?

> Your presence is evidence of the existence of God.
> – N.D. Walsch

And even though most rational people realise that sex is a natural part of being human, some religions strictly forbid it outside of wedlock. If you subscribe to this belief, and are not lucky enough to be married, then your sexual instincts are going to be a major problem for you ☹. People may vow to obey this strange prohibition, but many will succumb to temptation and break their vow... and wind up consumed by guilt about the most beautiful gift our Creator has given to us. I mean, how lovely and perfect is the fact that we go forth and multiply while enjoying such exquisite pleasure? I thank God that my faith does not make such demands of me – 52 years old, and still unmarried.

If we were taught that making love is a beautiful act and nothing to be ashamed of, on the contrary, a wonderful communication of giving and receiving – the phrase "fuck you" would, in all likelihood, die as a swearword, and perhaps sex abuse would fade away. *If people believe that sex is detestful, they tend to use it detestfully.*

Some religions even oppose birthday festivities, claiming that they are the devil's amusement. How anyone can link such celebrations with the ugly, malicious Lucifer, should give cause for investigation!

Many religions also preach that money is the root of all evil. As such, it is understandable that I earned only a meagre living as midwife – such a noble profession should not be tainted with ugly money.

"People, you are all mothers of God… because God always needs to be born."

That's it!

I heard a minister in Boston make this remarkable statement in a Christmas sermon many years ago. It is the best interpretation of the Christmas gospel that I have heard. I was amazed! I was used to hearing that I would never come close to living up to Jesus' legacy – after all, he was the son of God – not me! This was both a new and fascinating perception of the Creator. Imagine! We are all *mothers* of God – the men, too! I have to say that it is a lot cooler to be a parent and assume responsibility, than a child who is expected to behave badly.

> Happiness is not an accident, nor is it something you wish for. Happiness is something you design.
> – *Jim Rohn*

If God created us in His image, surely we are holy – not sinful. His image represents charity, joy and freedom, and so it stands to reason that our image does, too. I feel good when I experience those emotions, because they make me feel "like myself", true and complete. That being said, our minds can easily trick us, and convince us that we are separate from God. When that happens, we are likely to experience rejection and fear, which is our own "trick of the mind" – not God's.

To me, God's eyes are like a pair of eyeglasses. They clarify things, and show me the truth. And when I (one of God's mothers) put them on, I smile from ear to ear ☺.

We are absolutely free to choose our own idea of our Higher Power, and to give it a name with which we are comfortable.

Here are a few suggestions: Saviour, Hugger, Blesser, Helper, Guide, Creator, Smiler, Giver, God, Goddess, Soul Creator, Wisdom, Force, Presence, Existence, Power Force, Life Force, Light Force.

We can also use "spirit" names, such as: Spirit, Creative Spirit, Spirit of Freedom, Spirit of Being, Spirit of Guidance, Spirit of Love, Ruling Spirit, Spirit of Knowledge, Radiant Spirit, Spirit of Joy, Spirit of Giving, Spirit of Support, Spirit of Enchantment, Healing Spiri, to name a few examples, some of which are better than others ☺.

My own reason for calling God "God" is that it's easy to say, it's easy to write, and it's beautiful Also, I learned it before I could speak.

"God wants nothing", writes N.D. Walsch in his extraordinary book *What God Wants*. Inherent in this unusual statement is a profound sense of freedom and acceptance. I spent so much time and energy trying to please God, and feeling like I had failed miserably. For instance, as a child I used to get on my knees and recite the Lord's Prayer when I wanted to get on God's good side. This never produced

the desired results, or so it felt to me ☹. Today I get on my knees when I have something important to ask, simply because it helps to focus my mind and improve my spiritual balance. Allow yourself to think that *God is pure love that does not need or demand anything, because he is one with all things and has everything already.* That is the God I believe in today, and that I wish I had believed in sooner. I am a part of him, along with everything else we are friends and equals.

God gave us free will and the opportunity to create whatever we want (including our concept of him/her/it). For her to send us to "hell" if we do not choose what she wants would be a complete betrayal. God is neutral – she never judges. She is a gentle, loving spirit... in all things. I believe that my will (and its imperfect wisdom☺) is always accepted by God – because she loves me unconditionally. That being said, she might, like a good mother, decide to point out the things that would serve me best and help me to enjoy life to the fullest. Then it is my job to listen – using my own insight!

God is a "divine master" and his creation is a great masterpiece. That means that you and I are perfect. This is a big truth for many people, and one that is easy to forget in the hustle and bustle of daily life. But when we do manage to remember it – to see the divine in ourselves and other people – there can be few obstacles to our happiness ☺.

Align yourself with God

ALL THERE IS – both the visible and invisible – is energy. This is proven by science. Life is energy, an ever-moving, invisible wave that the eye rarely sees. It moves quickly, and nothing can stop it – except its antithesis. Consequently it is futile to attempt to heal negative energy, like anger, by shouting. Smiling works better. If you wish to defeat your enemy, use the most powerful weapon there is – LOVE. *Align yourself with God* – and smile with all your heart ☺.

Similarly, thoughts, words and actions carry energy. We can feel it – even those who are not clairvoyants. We all know the feeling of entering a room and "sensing" the argument that has just taken place – or better yet, the flirtation, which is a lot more pleasant. We literally become "plugged in" to the energy in our surroundings. We pick up on its messages and may very well be affected by them. I am particularly prone to this. I tend to become grumpy if I am around people who are grumpy. When that happens, I find myself wanting the other grumps to change and become happy so I can feel better. I forget that *I can be the agent of change!*

> At the end of the day people will not remember what you said or did, they will remember how you made them feel.
> – Maya Angelou

Our thoughts are intensely powerful, and move through the universe at breakneck speed. It is no accident that we sometimes think of a friend who is far away, and then that friend calls or sends us an e-mail a moment later.

Each cell in our bodies is made from atoms that contain tiny particles zipping through a great vacuum. Most of the universe is a vacuum, as are our bodies, or around 98%. That is not to say that we are just empty bodies. The vacuum is filled with "all that is" – the shapeless primal energy of all life – a thoughtful and intelligent life force that takes on whatever form we choose to envision. The visionary Wallace D. Wattles wrote about this intelligent primal energy in his book *The Science of Getting Rich*.

This energy, this "all there is", is what I choose to call God. It is the unending wisdom and extraordinary love that is prepared to transform itself into whatever we wish to experience.

In his book *Happier Than God*, author N.D. Walsch likens God to a stem cell. Stem cells are those cells of the body that can be grown and transformed into any corporal tissue, such as bone tissue or brain tissue. He writes that God is a kind of "mother of all stem cells"... an excellent comparison, with which I wholeheartedly agree.

In other words, all that appears to be real is only our own vision, and changes shape constantly. In that same way, you can be transformed at any given moment – if you wish to be.

THY WILL BE DONE

God created man in his own image, or so the Bible tells us. Most, if not all, religions agree that God is a Creator, and if we are created in God's image, then surely this must apply to us, too. By that token we are also creators – with a great deal of power.

In the New Testament, John writes about the creation of the world: "In the beginning was the Word, and the Word was with God, and the Word was God."

In his book *The Four Agreements,* don Miguel Ruiz writes that "the word" is the most powerful tool that we have. Yet it is a precarious tool. According to him, "the word" is a gift from a higher power, and a vessel for our creativity. We should take care never to use tainted words because they will turn against us. When we speak badly of other people, it returns to us like a boomerang and we experience distress, guilt, and a sense of being hated by others. I sometimes have to remind myself of this and to zip my mouth when I get annoyed with people.

Each of us has a creativity that we can use as we like, with our own free will. Nothing in our lives is random, though it may seem that way. Everything has been created by us, using tactics described in this

> Your word is pure magic, and misuse of your word is black magic.
> – Don Miguel Ruiz

book. This is not to suggest that we alone are fully responsible for all the things that go wrong. Group conscience is a powerful phenomenon and "joint creativ-ity" is often subconscious and complex.

BE the feeling

In Hebrew, the same word is used for "I am" and "God".

Feelings are the language of the soul, so the quickest way to make your dreams come true is to go within and be the feeling that you seek. That will help you attract what you need in order to experience it further. There is a common misconception that our dreams have to come true before we can experience a particular feeling. But really, if we experience the right feeling, we have achieved our purpose, because at the end of the day it is the *feeling we* want, not transient objects or circumstances.

When I want to look particularly snazzy, I am always tempted to buy a new jacket – and preferably also shoes. It gives me happiness and self-confidence... *this* will make me look good at that party! And yet if I don't wind up with those feelings, the jacket matters very little... and the same goes for the shoes ☹.

You are first and foremost a human being. YOU ARE – and therefore you do not have to do anything special to experience positive feelings, like joy. You can simply choose to *be* joyful... maybe by using a good memory to help you. That way you can save yourself both trouble and money.

> Happiness comes from joy, not from ownership.
> – Michel de Montaigne

**The origin of creativity is always THOUGHT –
it creates a FEELING –
which then creates your REALITY.**

René Descartes was a French philosopher, who lived in the 17th century. He has been called the father of modern philosophy and modern mathematics. He was a sceptic, which means that he doubted virtually everything. The only thing he could not doubt was his own existence – precisely because he doubted. A well-known anecdote describes this:

Descartes once said those famous words: "I think, therefore I am." One day he was at a café and ordered a cup of coffee. The waiter asked, "Would you like milk in your coffee?" Descartes was not sure, hesitated, then replied: "I think not" – and thereby he instantly disappeared ☺.

I, too, can "disappear" when I think too much at once. It is distracting, and means that I am not "here" – I am off in another world. My daughter complains about this a lot. She says I am thoughtless, and insists that I come back when I am off on such travels.

Try your dreams on for size

This book that you are now reading was once one of my big dreams… one that I turned into reality. I do a lot of dreaming – I daydream about things that are fun and exciting. But I do not stop there. Dreams only become reality if you work at them.

> If you don't like where you are,
> change it!
> You are not a tree.
> *– Jim Rohn*

Most of the time *you* are your own obstacle. You do not let your dreams soar because you fear something imaginary – something awful that might conceivably happen.

For a very long time I made *security* a priority in my life. This was certainly true when it came to my finances. That is why it suited me well to work in the health care sector. I did it for years, collecting my wages at the end of each month. Yet I am also trained as a visual artist, and since graduating from the Iceland Academy of the Arts in 2001 I have dreamed about working exclusively on my art.

> **We all have two choices:**
> **We can make a living**
> **or we can design a life.**
> – Jim Rohn

After Iceland's financial meltdown in 2008, I summoned my courage and quit my job. Many people were astonished at my timing… but I followed my heart, without further hesitation. I made a decision to devote myself to my art and to trust what is written in the Scriptures: "The Lord is my shepherd, I shall not want." My life has been wonderful almost every day since then, and my level of material comfort has not changed. I choose not to sacrifice my dreams for a "security" that is unreliable in any case. I would rather try my dreams on for size and find out how they feel. If they fit badly, I can always take them off – I hope ☺.

Verily I say unto thee: *Believe in the dream that fills you with passion, and follow it. Life is a lot more vibrant when you let go of your safetyline and dare to climb new mountains.*

Talking of security, I feel the most secure when I read studies showing that people occupying their "dream-jobs", live longer and are healthier than average.

The tools of creativity

Thoughts, words and actions are the tools of creativity.
Each thought has a particular frequency that aligns itself with similar frequencies out in the infinite universe. Thus we attract the things to which we give our attention, similar to how we adjust a radio to find a particular station.

"And the word became flesh and dwelt among us," the Bible says. I interpret this to mean that much of what I say becomes reality – is transformed into physical matter in my environment. I never say anything without thinking it first – even though it may sometimes seem that way. A thought comes and goes so rapidly (in the fraction of a second) that it can be hard to grasp. The shapeless primal matter that is "all that is" manifests the image that I have envisioned, whether consciously or subconsciously… in fact the latter is more often the case ☹.

Nothing exists that was not once a thought. This is obvious if we look at traditional designs, such as furniture, buildings, clothing and the Smiler, which I thought about for so long. Smiler, of course, is the object I designed to be an instrument of joy.

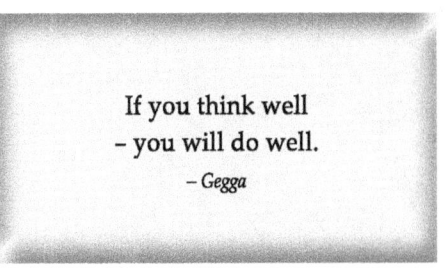

**If you think well
– you will do well.**
– Gegga

So what is not designed? Anything? It is likely that nothing happens by chance, and it is good to remind ourselves that we have the power to create almost anything we want… even events. The catch is that, in doing so, we become responsible for all the unpleasant things we would prefer not to be responsible for.

The only thing you can fully control are your thoughts. No one can gain power over them – unless you choose to surrender it. This is excellent news, because thoughts are unlimited, with infinite possibilities. No dream is too large for the reality that you, yourself, can construct.

GIVE WITH JOY

"It is better to give than to receive." This old saying speaks volumes. The smiles you send out always come back to you eventually.

We all have hopes and desires, and the quickest way to get what you want is to give it to someone else... with sincerity and joy. This is true for all things, both spiritual and material.

"I am one with all there is," that is, a part of The Creator, and therefore I consider it impossible for me to do something to my neighbour, good or bad, without getting the same thing back. If I break my little toe, all of me suffers, because even though the toe is small, it is connected to the rest of my body. Even your enemy's happiness boosts your happiness, upon closer inspection. A happy person is less likely to do harmful things than the one who is unhappy.

Jesus was a wise man, and one of his best pieces of advice was to *do unto others as you would have others do unto you.* This is precisely the point. If you want the love and respect of others, give them the same... generously, with praise and approval. Instantly you will feel as though you are worthy and that you matter. Furthermore, others will think more highly of you, and will not want to be without you.

Each time I give generously of my money, I feel like I have more than enough. In so doing I send an affirmation out into the universe: "I am rich." The Creator then provides everything needed for this to be manifest. Many of the world's wealthiest people understood this. Allegedly John D. Rockefeller gave everyone he met a shilling... knowing it would come back to him multiplied. Money is a force for motion, and it is no good to anyone if its flow is blocked.

Although I always have everything I need, I sometimes become ungrateful and feel like I have less than I want. At such times I become greedy, feel sorry for myself and forget to be grateful. That is a bad, even dismal, place to be ☹. To pull myself out of it I need to remind myself that *what I have now is more than enough to make me smile.* The sense of joy and happiness that accompanies that smile creates an energy that brings me more good ☺.

> The best way to cheer yourself up is to try to cheer up someone else.
> – Mark Twain

I am lucky to be able to test this regularly. One day I was strolling through the downtown area where I live and chanced upon a man in tattered clothes who looked pretty rough. He asked me for money, saying he wanted to buy petrol for his car so he could take his sick father to hospital. I thought it was not improbable that the man had a father, but I was highly doubtful that he had a car. Still, I was happy to give him some money. When I said good-bye, having given him a considerable sum, I smiled to myself and thanked my Creator for allowing me to be so well off that I could share my wealth with others. *It was while I smiled that smile that I had an idea to ask for that sum ten-fold back from the abundance of the universe.* Lo and behold – the very next day I received a phone call offering me a days' work in return for wages that were ten times the amount that I had given to the man the previous day.

A smile is a magnet for your dreams

When we smile and laugh we are "in the now", focusing on circumstances in that particular moment.

It is impossible to have positive and negative thoughts simultaneously, for at any given moment we can be in either positive or negative energy. Positive energy is a strong stuff out of which to build our dreams, whereas negative energy tears them down.

Feelings are the language of the soul. They are the tool that everyone should pay attention to if they want to attract the very best. Feelings are like a powerful magnet that attracts everything that will amplify that same feeling. A sincere smile always brings on a sense of well-being. Even if you have to squeeze forth the smile, it creates that same feeling. Just try it for ten seconds – right now ☺.

Before each feeling comes a thought, an assessment of what is happening and what the result will be. This happens in the fraction of a second. Unfortunately our assumptions are often based on poor assessments, and could be better thought out. For example, if we were expecting to meet a friend and then that friend does not show up, we might assume that he or she wanted nothing to do with us. Instantly we might become annoyed, and experience feelings of anger,

> **Happiness is a perfume;**
> **you cannot pour on others without**
> **getting a few drops on yourself.**
> *– Ralph Waldo Emerson*

rejection and loneliness. These negative feelings attract still more negative feelings, and our day could end on a miserable note. The good news is that we can choose to re-evaluate the situation, to smile and say to ourselves: "Poor thing – always so forgetful." We would instantly feel better. Of course it would also be logical to call the friend to investigate before we make our assessment. *In other words, what is happening is not what matters – but rather our attitude towards it.* Our outlook and attitude govern how we experience things. And a smile – more than anything else – attracts positive friends into your life. No doubt about it.

Each thought you think aligns your energy with similar frequencies in the universe. Thus like a magnet you attract the things you focus on – good or bad.

Think of your "thought storeroom" as a massive room with infinite shelves reaching from floor to ceiling. Some shelves contain positive, energizing thoughts, while others contain grumpy thoughts, tinged with fear. From which shelf will you choose your thoughts today?

THE POWER AND THE GLORY IS IN YOUR SMILE

Love is the strongest creative force there is.
It has the highest energy frequency, and is a powerful magnet for all the good things in the universe, which is, in its essence, love. *Joy* is one of the manifestations of love – and it works in the same way. Some say that *gratitude* is the strongest creative force there is, but these feelings are all closely related, and it is wonderful to be able to experience them all.

Happiness is a choice – and so is misery!

"Misery is a choice" is an aphorism that I heard for the first time many years ago. At that time it felt like an unpleasant nudge. It is very easy to blame others for our problems and mistakes, to relinquish responsibility for our own feelings and start taking responsibility for everyone but ourselves. Yet if we want control over our own lives, we need to take responsibility only for what is ours, and let others take care of what is theirs.

A positive attitude is crucial to having a good day. It is worth keeping in mind that the main issue is not what is happening at any given time, but rather our thought about it – *and we can choose our thoughts*. If a thought gives us stress or fear we can question it to see if it's true. *The Work by Byron Katie* is a powerful method to get new perspective and finde inner peace. (See more: www.thework.com)

Nothing happens by accident, and there are gifts in everything. The trick is to spot them. This can be awfully hard, like the time I found out that a man I was in a relationship with had conceived a child with another woman at around the same time... and kept it secret. A friend of the expectant mother came over to where we sat enjoying a romantic dinner in a restaurant, and congratulated him on the baby!... which was not yet born. At the time I would have given my full head of hair to be able to make that particular issue go away... but that would change later, when I was finally able to see its inherent blessings. This issue contained many gifts, though they were certainly very tightly wrapped! For example, it helped me to end a relationship that was not working for either of us. I also received a crash course in unconditional love, without jealousy. That was a tough lesson, and one that took quite a while to learn. I graduated with a fairly high grade, although I did not manage 100%. The baby's mother was overjoyed – it was her first child, and she was in her forties. Today I sincerely hope that the child, who obviously was completely innocent despite being the central character in this drama, will always be grateful for its life and the wonderful gifts it contains.

> Happiness is no laughing matter.
> – Richard Whately

Back then I wept bitter tears of hurt and self-pity. Today I smile and am grateful for the experience. Fortunately I am not the only centre of the universe, and I know it is healthy to be reminded of this every now and then. When that happens, I try to be creative as opposed to seeing myself as a victim... though the latter can certainly be very tempting ☺.

Smile and get well

When we smile, we activate pleasure centres in our brains, which then release the neuromodulators: Endorphin, dopamine, serotonin and oxytocin. These "happiness hormones" provide a natural high – allowing us to relax and feel good. This chemical reaction takes place both in those who smile, and those who receive the smile. All parents know the happiness they feel when they see their children smile, and studies have shown that the feeling causes the amount of serotonin in the mother's brain to increase. In other words, happiness hormones are released into the body as a direct consequence of positive, loving thoughts.

> Within us are the healers of disease.
> – *Hippocrates*

These hormones have important functions. Oxytocin is sometimes called the love hormone, since it helps forge relationships between people. Among other things it is produced in significant quantities during orgasm, in both women and men. Oxytocin is also a key hormone in childbirth and breastfeeding. Endorphin has long been known to reduce pain and create a sense of well-being, and as such has a similar effect on the body as morphine. It is also released during periods of physical exertion. The hormones that make one feel good have a strong healing power while the hormones of stress (cortisol and adrenalin) that are produced in fear and distress can harm the body if they are persistant. The stress hormones are often called „the fight or flight" hormones and come to our assistance in times of sudden danger by raising bloodpressure and bloodsugar, stimulate heartbeat and bloodflow, both to brain and muscles and thus saving us when danger arises.

Lissa Rankin, a broadminded and experienced physician, says in her book *Mind over Medicine:* "Our bodies know how to fix broken proteins, kill cancer cells, retard aging, and fight infection. They even know how to heal ulcers, make skin lesions disappear and knit together broken bones! But here's the kicker – those natural self-repair mechanisms don't work if you're stressed!"

We can speculate why so many people are cured of chronic diseases only by changing jobs they don´t like or leaving the partner causing them harm.

Playfulness and joy induce the release of tension, body and soul, thus opening our minds towards creative ideas that speed up the realization of our dreams.

Miracle is a joyful combination of spirit and matter

Several years ago I "happened to" have an accident, in which my face was badly injured. I looked monstrous for quite some time afterwards. I had a cracked cheekbone, a broken tooth, cuts, bad skin lesions, and lots more. One of my eyes was so swollen that the doctors could not even open it to check if my eyesight had been affected. I no longer needed to pluck my eyebrows because I hardly had an eyebrow left to pluck.

Still, I felt enormously grateful that I had not broken my neck, or become paralysed. I felt boundless gratitude and unbridled joy at my luck. From the first day onward I laughed and smiled from ear to ear… insofar as the swelling would allow. I saw the comic side of things, and the artist in me got a kick out of taking pictures of my face, which in its own way resembled a beautiful sculpture, swollen up in all the colours of the rainbow.

Despite this unfortunate setback I was optimistic about attending a party a week later. A group of old school mates had been planning a reunion that I had looked forward to attending. In the end I managed it with flying colours, as it were – I turned up at the assigned time in my most festive mood, and have rarely looked better, thanks to an exceptionally skilled make-up artist. My eyesight returned, as did my eyebrow, and in the end everything healed in the best way possible.

When we have a belly laugh, our diaphragm moves, our breathing is enhanced, and our circulation improves. And when we feel joy, our body's immune system grows stronger, our health improves, our wounds heal faster and we are more resistant to disease.

Studies of people with cancer show a strong correlation between positive thoughts and a longer and better life. While working in the medical sector I have repeatedly witnessed how important a positive outlook and serene mind are to patients. They start to feel better and to recover far more quickly than they would if they were bogged down by negativity. Scientific research has moreover unequivocally proven that laughing regularly lets us live longer – better take that seriously!

You can run a shop with style – if you smile

Everyone knows about the importance of smiling when it comes to serving people. In an effort to improve their business, many managers send their employees on courses to learn how to smile. Good human resources managers make a point of never hiring an employee who does not smile during the first interview. Personally I tend to go back to places where I am greeted with smiles and friendliness. I cannot be bothered to go back to a restaurant that has sullen wait staff, for example.

> **A wise man invests in his smile.**
> – *Gegga*

In my life I have visited many places, e.g. I spent time in Japan for several months. I was utterly enchanted with the country – such amazing hospitality! Wherever I went, I felt like royalty. If I was standing lost and disoriented out on the street, someone would inevitably approach me and offer to help – with a smile. In fact, smiles rained down on me wherever I went. Going into shops and restaurants was an absolute delight. I felt both safe and happy, even though I was travelling on my own and virtually unable to express myself, since I do not speak a single word of Japanese and few people (at least where I was) spoke anything else. The Japanese people are known for their smiles and sense of service, and they treated everyone in the same friendly manner.

> **Your smile pays your bills.**
> *– Gegga*

On my way back to Iceland I had a layover in a city that shall remain unnamed – and received a rather severe culture shock. I had got used to friendly attitudes and beaming smiles, but there I found surly and disagreeable faces... despite the fact that the people who owned them were working in paid service jobs. Clearly smiling is not something to be taken for granted, even though it costs nothing and brings such great rewards.

I sometimes work as a sales clerk in an art gallery, and when I make a special effort to smile I find that "work" turns very easily into enjoyment.

GIVE YOURSELF GOOD GIFTS

I do a lot of daydreaming about wondrous events and magical days. Many people are surprised to learn that I turned 50 two years ago, and just like any other teenager, I have famous idols. My musical idol is Tina Turner, and one of my spiritual idol is the best-selling author N.D. Walsch – the man responsible for those momentous words that caused me to wake Smiler from its lengthy hibernation.

My dream was for those two celebrities to come to the big garden party that I was planning to throw for my 50th birthday. Mind you, I was not positive that the garden would exist, for at the time it was little more than rough gravel. Their presence at my party would not cost me a penny. What boundless optimism! The man barely knew me, he lived in the United States, and his schedule was packed way into the future. And Tina and I weren't exactly bosom buddies... in fact, to her, I did not even exist. And yet, dreams cost me nothing, and they made my life a little more fun. A few times a week for about six months I made a point of listening to some good music, closing my eyes, and "en-visioning" those people at my birthday party, swinging on the dance floor.

Because I am both courageous and persistent, I decided I would do my utmost to get Neale to come to Iceland. I gave my dreams wings, purchased an airline ticket, and, filled with optimism, registered to take a workshop in his hometown of Ashland, Oregon. In my bag I carried a written invitation to my birthday party, which would take place about a year from that time. The formal written invitation was an idea that came to me and was designed to get the attention of a man who was constantly surrounded by fans.

Being a woman, and well-versed in a woman's stratagems, I felt my best option would be to give the invitation to Em Clair, Neale's lovely wife. Amazingly they accepted my invitation and my heart soared! Mind you, they turned up to the party a month late but never mind, my goal had been for Neale to give a talk for my fellow Icelanders, many of whom were in a deep spiritual and financial crisis. With enormous generosity he did so, speaking in front of nearly 400 people for a full day, without accepting any payment. It will take a lot to outdo that birthday present! Could this possibly be the reason that *Jónatan* had helped me to finance my previous trip. I am not sure whether Neale ever set foot in my garden – but he did sleep, along with his wife, in MY BED! It is astonishing how life can surpass our wildest dreams ☺.

As for my garden party, a fabulous singer turned up and belted out all of Tina Turner's best songs. I got to know this singer shortly before my birthday by pure coincidence – if such a thing exists. She accepted a painting I had made as payment, so you could say that I achieved my aim without spending a penny.

Iceland – a poem by Em Clair

Em Clair is a poet who expresses the language of the heart exceptionally well. Her poetry moves the deepest, loveliest feelings of the soul. I was deeply honoured to accept her poem *Iceland* that she sent to me after spending time in my country.

Iceland

Across the sunlit sky in Iceland, words
are written into your eyes
and they say

"Freedom"

When someone passes you on the street
their smile is easy, even if
they haven't practiced it yet today, even if
you are the first person
to step into their shop and run your hand along
the fur-lined clothing, and the leathers
and the wools...

Oh,

You can try to close some part of you,
but fast and gentle humor will open it

In Iceland

If you walk down to the waterline, swans, or ducks
or seagulls will cover you in sounds, and in wings of light
and when you hug your clothing closer around you,
embracing the sharp oceanic winds and crystal blue, you
smile,
because you discover
what everyone before you has discovered:

There's a certain warmth in Iceland
that only it's freedom

Can bring you.

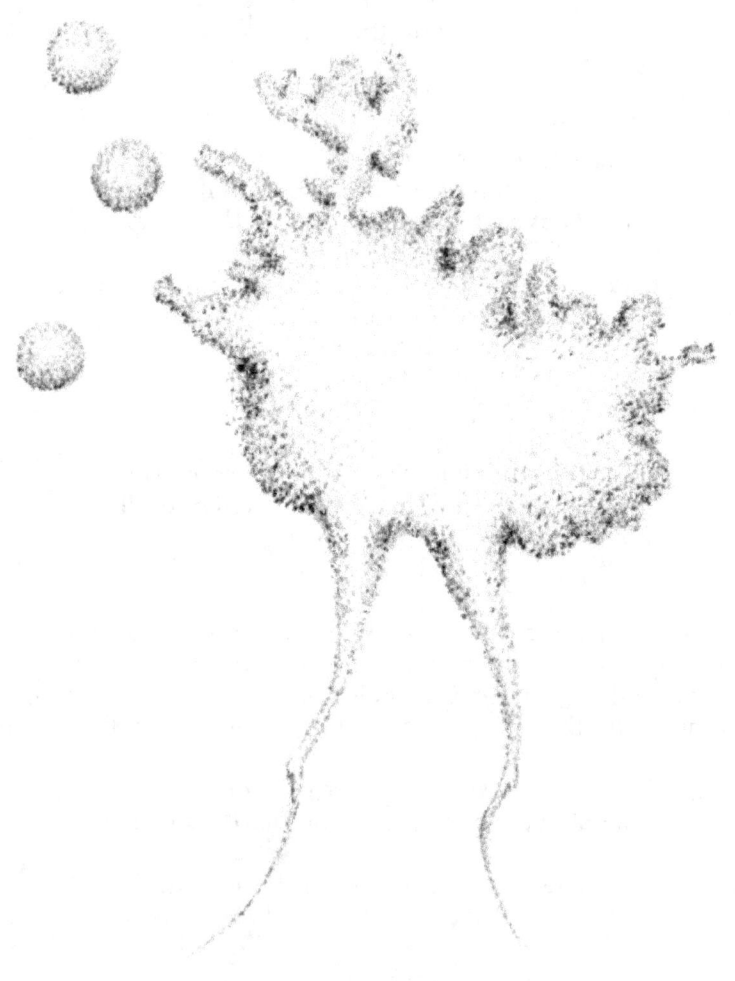

TOOLS THAT WORK
Positive affirmations

... are incredible. I use them almost daily, often beginning the day by saying: "Everything is going my way today." That way I decide that everything that happens will be for the best – even if it does not come right away.

"I am" means "God" in Hebrew, and this constitutes a powerful statement about **who you really are.** The universe obeys you and supplies you with all you need so you can experience even more of it in your own life.

Writing down affirmations on a piece of paper and placing them in specific locations has worked well for me. For example, in my wallet I keep a note that reads: "I am affluent and have plenty to share – always"... and let me tell you, my wallet has never been empty – at least not completely ☺.

Affirmations are an excellent tool, and very useful when you are striving toward a specific goal that you have not yet reached, by your own assessment... which of course can depend on your point of view. When you reach your goal, it goes without saying that you no longer need the affirmation.

It is important to make your affirmations in the present tense, otherwise they sound like a wish for something in the future, and you find yourself constantly wishing for something. Let your imagination loose, and place your powerful affirmations in the right places.

Examples of affirmations: I am happy, healthy and wealthy • I am a loving source of joy • I love life, and life loves me • I am grateful for me – and you too • I am on my way to becoming a computer guru • I am getting better day by day • I am a source of abundance in all things • I am surrounded by love and care • Brilliant ideas are born within me every day • I am a magnet for success • I grow more beautiful each day (so the mirror tells me) • I am free to choose my attitude and response at all time • I am fulfilled in every way, every day ☺.

> Happiness is the meaning and the purpose of life, the whole aim and end of human existence.
>
> – Aristotle

Repeating affirmations regularly is very effective. That way we re-programme our subconscious, which is the captain of all creativity. Nine out of ten of our thoughts exist in our subconscious, whereas only one-tenth of our thoughts are conscious. Mind you, different sources speak of different ratios, but at the end of the day, the subconscious always wins out.

Envision

Envisioning your dream, visualising it as already being real, is a powerful way to manifest what you want in your life.

The story of the blue car

Once I decided to conduct a little experiment, after watching the documentary film *The Secret*.

In the film, a man was able to get a new car by using the power of his imagination. I wanted to try this, particularly since my own car was 11 years old, worn out, and not very charming. I dreamed of a new(ish) car. The make was not important, but I wanted it to be blue. Alas, I did not have buckets of money at that time, so a new car was out of the picture. I thought this would be an excellent test to find out if my thoughts really could make my dreams come true.

> When the promise is clear the price gets easy.
> – Jim Rohn

I was a nurse at the time, and often worked evenings and nights. It was therefore dark when I drove to and from work, and impossible to see the red colour of my car hood through the windshield. I envisioned myself driving my new car, and imagined that I saw a blue hood in front of me. I was filled with genuine happiness and excitement, and loudly sang prayers of gratitude to my higher power.

A short while later I decided to take a trip to Akureyri, in North Iceland, where I planned to hold an art exhibition. I was worried about an annoying leak in the front tyre of my car, but was reluctant to buy a new one for such an old vehicle. That is when I had the brilliant idea, only two days before my trip, to go out and look at cars. Just to look – not touch!

At one of the dealerships I found this amazing blue car that was both sleek and spacious enough for my bulky art pieces. It was the car of my dreams. Unable to resist, I asked a salesman about the car, and was told that it had already been reserved. "What if I pay cash?" I blurted out. "Then it's yours," came the answer.

I was infatuated with the car, so I rang my bank to ask about a loan. This was unlike me – I always want to have enough money saved up before I make a purchase. I was given the astonishing information that I actually had enough money to buy the car. It was in an account that *I had not known existed* – unbelievable but true! Half an hour later I was sitting behind the wheel of my new car... singing my prayers of gratitude. And right in front of me was the hood – shiny and blue! That car now proudly bears the name *Smiler* on its registration plate.

Prayers of gratitude in advance express joy and certainty that those prayers will be answered, and are therefore the most powerful force for creation there is. By using them you send a statement out to the universe that you already have what you want, and that helps you attract it – at lightning speed. Didn't God say: *"I have answered your prayers before you ask?"* It's better still to keep in mind that God is not an ordinary shop owner - she always answers for your highest good and that can mean; yes, no, or... not yet.

> **Learn to be happy with what you have while you pursue all that you want.**
> *– Jim Rohn*

It is all about gratitude

I am grateful for everything – always! Even the boring stuff – sometimes ☺.
When the going gets rough, gratitude is a powerful thing. We all have a hard time staying optimistic and joyful while in the midst of fear and pain. Negative feelings can overwhelm us and take up residence in our lives: Anger, jealousy, guilt, rejection, loneliness,

despair... the list is long and dull and can literally drown us if we don't briskly swim on in a sea of appreciation.

Thoughts (...that always preclude feelings) can come and go so fast that we don't even notice them. When times are tough we may have to force our thoughts in a positive direction in order to create the energy that attracts good into our lives – to help us "fake it till we make it".

Whether things are going your way or not, it is a great idea to write down:
Ten things that you can be grateful for today!

You can *always* find something positive for which to give thanks. If nothing else, you can be grateful for the book you are reading, the hands that are holding it (assuming you have them), the eyeglasses that bring everything into focus, the coffee you've just brewed, a pleasing weather forecast, a trusted friend, hugs, the shelter provided by your home, a great talk with your kids, an upcoming date, unexpected help, a sweet kiss, new underthings, the toilet facilities you (hopefully) have in your home, the air you breathe... the list is endless.

Another good trick is to write things in a small book, one page spread per day. On one page you write the things you are grateful for – all the good things you have already received. On the other you write your advance gratitude for the things you want to have happen. Make sure you do not repeat the same things too often. If you approach this with an open heart, it works wonders. Gratitude is a powerful tool, with positive magnetic energy. It sends the message to the world that now you are fine – and that "fine" will continue to grow.

When we choose to be creators, as opposed to victims, it is very powerful to give thanks for EVERYTHING, and to see rewards

> **When life hands you lemons, make lemonade.**
> *– Unknown*

in everything – even the "bad" things. After all, what do we know? Often things that seem bad at the time turn out to be great gifts. If you take an honest look at your life you will see this. Not everything should be taken at face value, and we can trust that our prayers will be answered.

When one door closes, another opens. When we are able to release our resentment and harsh judgement, we make room for something new and much better.

When you believe this, you will move mountains.

A little story of a bald spot

Sadly, the answers to our prayers do not always arrive in shiny packages. There was a time when I had a note stuck up on my kitchen wall with the words: "I eat wholesome, nutritious food." Yet I did not do that at all – not then, and not for a long time afterwards. I was careless, I did not feel like changing my ways... and I forgot about the note.

One day I was sitting at my hairdresser's having my hair done, when she suddenly jolted. She had found a bald spot – more than one, in fact, on my pretty head. I was able to smile a sincere smile and to *give thanks for* this kick in the butt that my higher power was giving me. I knew my prayers were being answered (in an extreme fashion, mind you) because I am vain and could never accept going bald – in fact, I would do *anything* to avoid it!

I quickly booked an appointment with a nutrition *guru* who measured my physical condition using a variety of magical devices. The result was not pretty. Nutritionally I was dry as a desert and my body was literally starving for vitamins. A completely absurd condition, considering that I was living in a country with vast abundance in all things, not to mention the best water in the world... which moreover is free!

The evening before this shocking discovery, I had by complete *chance* been to a sales demonstration of a fascinating gadget that was supposed to smooth wrinkles, rejuvenate the skin, and *stimulate hair growth*. That evening I had no use for such a device, which cost an arm and a leg. The following day, however, I desperately needed it, and decided to splurge. I made a decision that six weeks hence, all signs of balding would be gone. To emphasise this I drew a circle (a face with a lot of hair) around a specific date on the calendar. I subsequently pumped my system with healthy foods, drank copious amounts of water, and systematically applied the magic gadget to the bald spots.

Exactly six weeks later I sat in the hairdresser's chair once more... and witnessed her amazement. Where before there had been barrenness, there was now a dense growth of hair. Yes – out of the greatest desperation, miracles are born.

Today, much later, I realize that I keep my storage of vitamins, along with the delicious wholesome crackers that I now bake regularly, on the kitchen table, right beneath the place where the aforementioned note is stuck to the wall. Thank goodness for the bald spot ☺.

Wholesome crackers

Millet flakes...quinoa flakes...pumpkin seeds...cumin seeds... walnuts...all kinds of nuts and seeds. Powdered ginger... cinnamon powder...sea salt.

A good dose of all of the above mentioned. Add water (preferably warm).

Add a small amount of spelt flour until the dough is suitably dry. Form into thin, flat cakes and place on parchment paper. Bake for approximately 10 minutes at 210°C. Or fried on a pan. Works every time ☺.

A happy story of a mishap

When I want to test myself as a creator, to stretch the boundaries of my power and strength, I find it best to be conscious and aware. Experience has taught me to choose my thoughts carefully and to be prepared for anything. What I see in my mind's eye – good and bad – I will most likely manifest in my life. What my inner vision sees, will eventually become my outer vision. I am reminded of this principle regularly – and when I am, the experience is sometimes a little brutal.

One autumn day, the streets of Reykjavík were extremely icy. I remarked that there had to be a long wait in the emergency room, as it was probably filled with old folks with broken bones who could not navigate the slippery pavements. I thought of my own impatience – patience being a quality of which I would love to have more – and considered myself fortunate that I was not at risk of breaking anything.

Two days later, I – young as I am – slipped on some ice and went flying into the air. A moment later I had an excruciatingly harsh and painful landing, severely hurting my butt and the hand that I had put out to break the fall. While I was flying through the air, it occurred to me that my Higher Power was answering my prayers... and in such a wonderfully "good-humoured" way! I was forced to make a trip to the emergency room, knowing that nothing would try my patience more than sitting there for several hours. I drove there with my right hand on the wheel… happy that it was my left that had suffered the damage.

To my great fortune I was able to see the humour in all of this. I even smiled with the sense that this would be an easy "lesson" because I was so aware of what was going on. Lo and behold, when I arrived in the ER there were only two people in the entire waiting area. The wait was almost non-existent, the entire process (x-ray included) took less than an hour… and I turned out not to have a single broken bone. I spent most of the time chatting with an old friend that I hadn't seen in ages, who happened to be the doctor on duty that evening.

"You create your universe as you go along," said Winston Churchill… and that day I managed to do it with style ☺.

Happiness diary

Writing a short list each evening of all the positive things that happened that day focuses our attention on how good our life really is. It also helps us to create enjoyable memories for the future. If we need to write down unhappy events or problems, that is not the place to do it. Negative words should be outlawed from your book.

The past and future NOW

In his book *The Power of Now*, Eckhart Tolle writes that you are not your mind. By far the most important step you can take towards enlightenment is to let go of that idea. So why not smile at your thoughts and poke a little fun at them? They are only temporary, and evaporate after a little while.

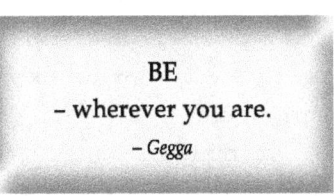

A mind that nourishes negative thoughts filled with pain and fear loses the power of the now. The now is always happy with that which is, for the simple reason that there is nothing else available in that specific moment.

The past and future do not exist; they are only thoughts about past NOWs and future NOWs.

Easy as it is to talk about NOW, it can be hard to dwell in it. The key is to *PAY ATTENTION*. Personally I try (with varying results) to focus my attention on each small detail of whatever task I am doing. Most mornings I get a chance to practice this when I put on makeup to enhance my beauty. I look in the mirror, notice how my skin feels when I stroke it with the sponge, watch the wrinkles become smoother, see my face become more attractive with each stroke... and even smile at myself (provided I got up on the right side of the bed). I smile back at my reflection, grateful and satisfied – just as well, since this is the face I will carry around with me for the rest of the day ☺.

New surroundings also highlight the NOW for me. When I go to new places my childlike curiosity is awakened and the desire to enjoy the wonders of new experiences keeps me in the NOW. This is particularly easy when I am touring abroad. It is almost like time "expands" in some strange way, allowing it to contain a greater number of experiences. Each moment gets the attention it deserves and a short weekend trip can seem like an entire week. Time does not fly away from me, like it often does when I am in my everyday surroundings.

Our minds always identify with time, either past or present, so it is hard to be grumpy unless we are troubled by negative thoughts about the past, or concerns about the future. We should save our thoughts about the past and future and use them only for practical purposes, like when we want to plan a holiday, or buy Christmas presents in July.

The NOW is all we have, and there is a reason why it is called "the present". Its gifts are endless. When we divide the word into "pre-sent", it reminds us that the NOW is a result of our previous thoughts and decisions that have been sent into the future. The principle of cause and effect is always working.

When we are satisfied in the NOW, then life sends us its best, and we improve our chances that the next NOW will be even better.

Prayer

Pray for joy if it is lacking in your life. .... There, I just took a two-minute break to try this out. My day has been lacking in joy, if the truth be told, and just now I asked my Higher Power to give me a boost. Almost immediately there was a knock at the door, and one of my most vivacious friends stood in the doorway with a big SMILE on her face to give to me. What else could I do but laugh?

When something important is happening and I am filled with worry, I like to recite my favourite prayer, that I learned from N.D. Walsch: *"Lord, thank you for helping me to understand that this problem has already been solved for me"*… whatever the problem is at any given time. Thanking for the help in advance is a powerful thing. You state your certainty about a positive outcome, and the universe quickly responds and sends it into your life. Wasn't it Jesus who said: "… Your faith has made you whole"?

The Serenity Prayer by Reinhold Niebuhr Carnegie is well known. It is simple, yet powerful, in its shortened version:

*God give me the serenity
to accept the things I cannot change;
courage to change the things I can;
and wisdom to know the difference.*

Meditation

Some people say that when you pray you are asking for something, and when you meditate you are listening for an answer.

There are many ways to meditate, and everyone should be able to find a technique that works for them. You could even make up your own technique.

By quieting our mind and turning our attention inward, we are better able to connect with our own souls. Our energy grows stronger, and this helps us reach our goals. *"If you don't go within you go without,"* is a piece of advice that God himself proffers in the book *Conversations with God* by N.D. Walsch.

Most forms of meditation place emphasis on breathing consciously, calmly and deeply. Keeping your eyes closed is good, but not essential. Soothing meditation music can also help to put you in the right frame of mind.

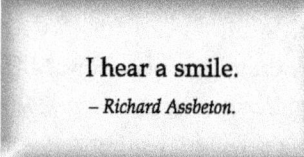

I hear a smile.
– Richard Assbeton.

Outdoor meditation

Taking a walk by yourself out in nature or even just on a pavement, can be a wonderfully enjoyable activity. We can, however, mishandle the situation and let our minds run away from us. We may even find ourselves focusing on things like an argument we've had. Thoughts like those obliterate our enjoyment. Staying in the *now* is essential if we want to prevent that sort of thing. One way to do so, and one that I like to use, is to focus on something in the distance, like a tree branch or a car registration plate. Then, when I get close to whatever it is, I say a respectful "hello", sometimes even touching and examining the object from every angle.

Near my home there is a beautiful park with a lovely pond where carefree ducks swim about and enjoy life. I like to sit on a bench and focus on one of the male ducks… allowing myself to become hypnotised by the beauty of his feathers as he circles around and around ad infinitum in front of me.

Smile with your heart

I close my eyes, take a calm, deep breath, and focus my attention on my heart area. Sometimes I find that it helps to place my hands lightly over my heart. I breathe into the area and visualize strong waves of energy coming from it (they are reputed to be 5,000 times more powerful than brain waves). I conjure forth a white, loving energy by thinking about someone I love unconditionally, such as a child or a pet… or even a spouse, for the newlyweds ☺. I send this feeling of love into my body and out to all the people I love, as well as to those I want to learn to love. In that same way I ask my Higher Power to send me even more love and happiness.

When this works well I can feel how each cell in my body lights up, and love flows through me in the most wonderful way. I become like a fibre optic cable, completely lit up with joy and love. My face glows and my muscles become sore from the big grin that extends from ear to ear ☺.

In all of this there are vast rewards. For example, studies have shown that meditation that amplifies this love energy can make our immune systems stronger for up to eight hours afterwards.

Smile five times a day... for no reason!

Laugh and smile as often as you can over the course of the day. This will cause you to relax and your positive energy will become magnified... which in turn will attract good things to you. Your positive radiance will draw to you all the right people, as well as the best opportunities.

Make a decision each day to smile five times, without those smiles being brought on by anything funny or exciting. Studies have shown that even when we fake a smile, our brain releases hormones that stimulate our well being. Try smiling when something doesn't go your way... for example if you dent the car, miss the bus – or can't get your jeans on.

> "If you smile five times a day for **no reason**, you can change your life in ninety days."
> – *Thich Nhat Hanh.*

Even if you're not lucky enough to possess a Smiler, other gadgets will work. Studies have shown that office workers who have a habit of keeping a pencil stuck between their teeth consider themselves happier than those who do not. The book *Atkinson and Hilgard's Introduction to Psychology,* discusses studies made of two groups of people who watched the same cartoon. In one of the groups the members held a pencil between their teeth, causing their features to form a smile. In the other group the members held a pen between their lips, which prevented them from forming a smile. The study revealed that the former group thought the cartoon was far funnier than the latter group. In other words, the way our features are arranged may play an important role in determining how we feel. The way we carry our bodies also has a vast impact. For example if we straighten our backs and hold our heads up high, we feel better psychologically.

Think of a joke or a funny memory – anything that will make you smile. If that does not work, simply force yourself to smile. Pay attention to how you feel after ninety days, and see whether you are happier than before.

Jubilant – yet cranky on a Friday

I have always been annoyingly prone to self-pity – and this despite being convinced of the damaging effects of negative thoughts on the mind and body.

It was on a Friday that I stood proudly holding the SMILER in my hands. The package in which it came, was hot off the printing press. Its nine-month gestation period was over! I had just come from a photography studio, where my SMILER had been snapped from every angle, in a smiling mouth and resting gracefully on a chest.

Instantly I started thinking about how wretched my life was at that very moment. Had there ever been a time to break out the bubbly, it was in that particular NOW. Instead, there I was, holding the SMILER, all alone because I had just broken up with my boyfriend. There was no one to help me celebrate. Poor me! I deserved to be hugged, kissed and pampered, but no, I was on my way to give my 90-year-old grandfather a bath. My grandpa (God rest his soul) was one of the most eccentric, nit-picking and slow-moving senior citizens in the entire Western hemisphere... yet he was also sharp as a tack, and knew exactly what he wanted. He was still tremendously active and creative at this time, and there were not many things at which he would balk. When he retired, a little over 70 years of age, he established a printing business in his garage despite having had no formal training in the field (he had worked in a bank all his life). Fearless about trying new things, he barged ahead – with great success. He instilled many good values in me – honesty being the main one. Had today's bankers subscribed to those same values, the Icelandic banks probably never would have collapsed. Standing there, I recognised my ingratitude towards my old grandpa, and decided to smile and be grateful for yet another opportunity to practice patience. God was handing me a gift that I most definitely needed!

Having given my grandfather his bath, I went home and turned on my computer. A response had come regarding my application to take part in a respected exhibition being held in the lead-up to Christmas. It would be a fantastic opportunity to exhibit and promote the SMILER, and I was sure that I would receive a positive answer, since no Christmas present in the world could possibly trump the SMILER. Clearly, though, not everyone was of the same opinion. "Thank you for your application. We're sorry… better luck next time." I cried within at the disgrace and injustice of it all! Yet it was precisely then, in that miserable NOW, that the SMILER saved me: *If you smile five times a day – for no reason…* Right then and there I had absolutely no reason to smile … or so I thought. Once again I was given the opportunity to accept help and to force the sides of my mouth up, in defiance of gravity and all its gloom. I also recalled the words of a wise friend, who said that he never allowed anger to control him for more than twelve minutes at a time. I timed myself – saw that ten minutes had passed – and managed to stop my own whimpering on the twelfth!

After this turnaround I wound up spending a wonderful evening by myself, filled with gratitude, along with my brushes, some spelt bread, green larch tea, candlelight and good music. The champagne and kisses could wait; instead, I would live longer, right? Hmm. They say hugs and kisses are exceedingly healthy, almost as healthy as cod liver oil... oh damn!... SMIIIIILEEEER!!!

Music and other art

In Art… life is dancing in joyful creation.

Listening to music is a highly effective way to bring about the feelings you want.

No art form has a more powerful effect on me than music. If I am feeling down, yet manage to put some happy music on, I go crazy with joy and cannot contain myself. Music naturally gives birth to dance, and when I let myself go out on the floor my spirit positively soars. On the other hand, calm and soothing music helps me to release grief and other difficult feelings, which in turn makes room for more joy.

Some time ago I experienced a loss, and for a long time afterwards I felt a lot of grief that I could not let go of. I felt like it was trapped inside of me... I could not cry, even if I wanted to. One morning, completely exhausted, I turned to God and asked him for help. An hour later I turned on my computer and found an e-mail from a man who had recently seen the Smiler. He was sending me a link to the song *Smile* by Nat King Cole. As I listened to the song, I felt a dam breaking within me. The tears started flowing... and flowing... and flowing still more. My God, what a relief!

Singing is also a sure-fire way to start feeling better and to create something good. You simply cannot be grumpy while you are singing. In 1999 I spent a few weeks in Prague, in the Czech Republic. I lived in a guesthouse, where I shared a room with an artist from Serbia. At this time there was a war raging in Yugoslavia.

This woman, who soon became my friend, was anxious about the situation in her home country – understandably so.

Each day we went to the city's art academy, where we were working on a group exhibition along with a few others. Most mornings when we set off, I started to sing at the top of my lungs: "Oh, what a beautiful morning... Oh, what a beautiful day. I've got this wonderful feeling, everything's going my way!" She always had a good laugh at this crazy morning song of mine. One day I had the brilliant idea to invite her to move to Iceland. Even though she did not really believe I was serious, she accepted. Three months later she had made the move... and she still lives in Iceland, happy and content ☺.

Beauty, both man-made and natural, is like a deep conditioner for the soul. It is there, all around us, if we are only willing to give it some space in our lives.

Pampering

We should never be stingy when it comes to pampering ourselves. Why wait until tomorrow when we can do something nice for ourselves today? We can almost always find time to indulge ourselves.

A good place to start is to define what we consider pampering. The more things I put in that category, the more hours of pampering I get.

I might choose to take a hot bath by candlelight and remind myself how luxurious that is – and how it is not available to everyone. I can also buy fresh cut flowers that need no watering, and enjoy them for a while. Sometimes I buy myself "useless" things, or go to an expensive restaurant for no special reason other than to enjoy my life... and try to dismiss the thought that I am chewing through money for no reason.

On Valentine's Day one is supposed to give gifts and express feelings for the person one loves. On such a day I headed to the flower shop to buy a gift for a good friend that I had recently met. This friend was older, he was alone, and he was struggling with both cancer and mental impairment. I gave it some thought, then decided on a bunch of red roses and a card with a few affectionate words. He was extremely moved and told me that no one had ever given him red roses before, and no woman had ever expressed love to him in this way before.

This man has now passed away, yet that small amount of pampering that I provided on that Valentine's Day is extremely precious... to me. That same day I also made an impromptu decision to buy a lovely book for myself. I had it wrapped and decorated, just like I would have if it had been a gift for someone else.

Why not show ourselves the love and respect we want from others? When we do, we boost our sense of self-love and send out clear messages about how we want to be treated. At the same time, we act as positive role models for others, and teach our children that it is natural and good to love and respect ourselves.

Laughter yoga

Laughter yoga is a wonderful, fun technique developed by the East Indian doctor Madan Kataria and his wife Madhuri. They wanted to test the positive effects of laughter on

> When we are happy we smile but smiling also makes us happy.
> – *Unknown*

the body and soul, so they founded the first "laughter club" in 1995. Many people have subsequently followed in their footsteps.

This technique consists of a group of people coming togeth-er and producing laughter by doing specific yoga exercises. Before too long everyone is roll-ing on the floor laughing at nothing but the laughter itself, which spreads like wildfire among the participants.

I tried it myself a few years ago, and thank God that I had stronger pelvic floor muscles than I do today!

Play day

It is great to give yourself at least one day a month just to play. On that day you perform no duties – nothing that you think you "have to" or "should" do. You just play with your inner child. You should make a point of being alone, to allow your attention to be exclusively focused on what *you* consider fun. It should preferably be something you don't do every day, for example: Climb fences, jump on rocks, make a model, do arts and crafts, draw pictures on misty window panes, skip rocks, browse through a toy shop, make an angel in the snow (my favorite), gaze at the stars, make a cake, paint a clown face on yourself... or just generally act silly!

When the joy of play is paramount, it fuels the right side of the brain and gives your creativity a jolt... far surpassing any limits you previously had.

Enjoy creating –

you have no alternative! ☺

GRATITUDE LIST
for what I have

Today .... I am very grateful for the following things / events / circumstances:

1. _____

2. _____

3. _____

4. _____

5. _____

6. _____

7. _____

8. _____

9. _____

10. _____

A thousand thanks for all the joy and good that this has brought me ☺

GRATITUDE LIST
for what is coming to me

I am grateful from the bottom of my heart for the following things / events / circumstances that are on their way to me:

1. _____

2. _____

3. _____

4. _____

5. _____

6. _____

7. _____

8. _____

9. _____

10. _____

A thousand thanks for all the joy and good that this will bring me ☺

MY INTENTION

Today .... I intend to:

1. Smile five times for no reason, i.e. without an obvious reason to do so.

2. _____

3. _____

4. _____

5. _____

6. _____

7. _____

8. _____

9. _____

10. _____

I believe that this will bring me joy and good things today ☺

You are welcome to join our group of *Smilers*,
creative people who can change the world!
www.smiler.is

The following books have inspired me in various different ways. I sincerely hope that their messages shine through, directly or indirectly, in my writing.

Conversations With God by Neale Donald Walsch
The Orgasm Prescription for Women by Dr. Andrea Pennington
Mind Over Medicine by Dr. Lizza Rankin
Loving What Is by Byron Katie
Your Heart's Desire by Sonia Choquette
The Artist's Way by Julia Cameron
The Power of Now by Eckhart Tolle
Eat, Pray, Love by Elizabeth Gilbert
Smile by Hulton Getty
The Four Agreements by don Miguel Ruiz
Fast Food for the Soul by Barbara Berger
Living with Joy by Sanaya Roman
The Science of Getting Rich by Wallace D. Wattles

SOMETIMES LIFE TURNS UPSIDE DOWN ...

TO GIVE YOU A NEW VIEW!

STUNDUM FER LÍFIÐ Á HVOLF ...
TIL AÐ GEFA ÞÉR NÝJA SÝN!

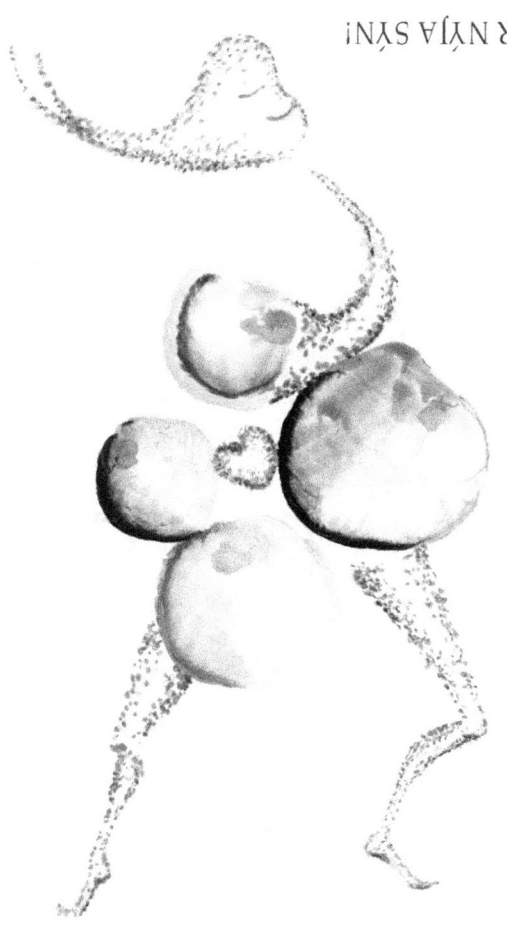

Hjartanlega velkomin(n) í hóp *smilera,* skapandi fólks sem vill breyta heiminum!
www.smiler.is

smiler

Eftirtaldar bækur eru meðal þeirra bóka sem hafa hrifið mig. Ég vona svo sannarlega að áhrif þeirra birtist, beint eða óbeint, í skrifum mínum.

Samræður við Guð, Neale Donald Walsch
I love You, Me! dr. Andrea Pennington
Mind Over Medicine, dr. Lissa Rankin
Loving What Is, Byron Katie
The Orgasm Prescription for Women, dr. Andrea Pennington
Pín hjartans þrá, dr. Sonia Choquette
The Artist Way, Julia Cameron
Mátturinn í Núinu, Eckhart Tolle
Borða, biðja, elska, Elizabeth Gilbert
Bros, Hulton Getty
Lífsreglurnar fjórar, don Miguel Ruiz
Skyndibitar fyrir sálina, Barbara Berger
Lifðu í gleði, Sanaya Roman
Vísindin að baki ríkidæmi, Wallace D. Wattles

ÁSETNINGUR MINN

Í dag .... áset ég mér að:

1. Brosa fimm sinnum án tilefnis, þ.e. þegar engin augljós ástæða er til þess.

2. _____

3. _____

4. _____

5. _____

6. _____

7. _____

8. _____

9. _____

10. _____

Ég trúi að þetta færi mér gleði og góða hluti í dag ☺

ÞAKKLÆTISLISTI
fyrir það sem koma skal

Ég þakka af öllu mínu hjarta fyrir eftirfarandi hluti / atburði / aðstæður sem eru á leið til mín:

1. _____

2. _____

3. _____

4. _____

5. _____

6. _____

7. _____

8. _____

9. _____

10. _____

Þúsund þakkir fyrir gleðina og allt hið góða sem þetta mun færa mér ☺

ÞAKKLÆTISLISTI

fyrir það sem komið er

Í dag .... hef ég upplifað eftirfarandi hluti / atburði / aðstæður sem ég þakka af öllu mínu hjarta fyrir:

1. _____

2. _____

3. _____

4. _____

5. _____

6. _____

7. _____

8. _____

9. _____

10. _____

Þúsund þakkir fyrir gleðina og allt hið góða sem þetta hefur fært mér ☺

Leikdagur

Það er bæði gagn og gaman að gefa sér a.m.k. einn dag í mánuði til að leika sér. Þann daginn vinnur þú engin skylduverk – ekkert sem þér finnst að þú „þurfir" eða „ættir" að gera. Þú bara leikur þér við barnið sem býr innra með þér. Vertu ein/n svo að athygli þín beinist eingöngu að því sem *þér* finnst skemmtilegt og helst óvenjulegt að gera. Hægt er t.d. að klifra á grindverkum, hoppa á steinum, líma módel, föndra, guða á glugga, fleyta kerlingar, skoða í dótabúð, búa til engil í snjónum (mitt uppáhald), horfa á stjörnurnar, baka köku, mála sig eins og trúð ... og láta eins og fífl!

Þegar leikgleðin er við völd virkar hún líkt og eldsneyti á hægra heilahvelið og sköpunarkrafturinn margeflist ... langt út fyrir áður gefin takmörk.

Njóttu þess að skapa –

enda ekkert annað í boði! ☺

ég færði honum. Hann varð hrærður mjög og sagðist aldrei á ævi sinni hafa fengið rauðar rósir og engin kona hefði sýnt honum kærleik á þennan hátt fyrr. Nú er þessi maður látinn og þetta litla dekur sem ég gaf þennan Valentínusardag er gulls ígildi, fyrir mig. Ég gerði mér líka lítið fyrir og keypti handa sjálfri mér hugljúfa bók í sömu búð, lét pakka henni inn og skreyta hana á fallegan hátt, eins og ég læt gera þegar ég færi öðrum gjafir.

Sýnum sjálfum okkur þá ást og virðingu sem við viljum fá frá öðrum. Með slíkri hegðun eflist sjálfsást okkar og við gefum skýr skilaboð um það hvernig við viljum að komið sé fram við okkur. Um leið erum við góð fyrirmynd fyrir aðra og kennum börnum okkar að það sé eðlilegt og sjálfsagt að elska sig og virða.

Hláturjóga

Hláturjóga er bráðfyndin og skemmtileg aðferð sem indverski læknirinn dr. Madan Kataria og Madhuri kona hans þróuðu. Þau vildu sannreyna kenningar um jákvæðan mátt hláturs á sál og líkama og stofnuðu fyrsta „hláturklúbbinn" 1995. Margir hafa fetað í fótspor þeirra síðan.

Aðferðin byggist á því að hópur fólks kemur saman og framkallar hlátur með ákveðnum hláturjógaæfingum. Fljótlega liggja allir í valnum, skellihlæjandi, af engu nema hlátrinum sjálfum, sem smitast hratt á milli þátttakenda.

> Við brosum þegar við erum glöð en gleðjumst líka við það að brosa.
> – Ók. höf.

Ég reyndi þetta sjálf fyrir nokkrum árum, og þakka almættinu fyrir að hafa á þeim tíma haft sterkari grindarbotnsvöðva en ég hef í dag.

af stað hóf ég upp raust mína og söng; „*Oh what a beautiful morning! Oh what a beautiful day. I've got this wonderful feeling everything's going my way!*" Hún hló mikið og skemmti sér yfir þessum klikkaða morgunsöng mínum. Einn daginn fékk ég þá snilldarhugmynd að bjóða henni að flytjast búferlum til Íslands. Hún þáði það, en hafði þó ekki mikla trú á að mér væri alvara. En viti menn, þrem mánuðum síðar var hún flutt hingað til lands, og býr hér enn, sæl og ánægð.

Öll fegurð, bæði manngerð og í náttúrunni, virkar sem djúpnæring fyrir sálina. Hún stendur okkur til boða, allt um kring, ef við bara gefum henni gaum.

Dekur

Dekur er dásamlegt og ætti aldrei að spara. Af hverju að bíða eftir dekurstund ef maður getur veitt sér hana í dag? Það er nánast alltaf hægt að finna sér stund til að dekra við sig.

Gott er að spyrja sig hvað maður flokki sem dekur. Því fleira sem ég set í þann flokk, þeim mun fleiri dekurstundir eignast ég.

Ég get valið að fara í heitt bað með kertaljós og minnt mig á hversu mikill unaður það er – sem ekki er öllum gefinn. Ég get líka keypt afskorin blóm – sem ekki þarf að vökva – og notið þeirra um stund. Stundum spreða ég peningum að „óþörfu" í sjálfa mig, fer t.d. á dýran veitingastað, án sérstaks tilefnis, til þess eins að njóta lífsins, og reyni þá að sleppa þeirri hugsun að ég bryðji þúsundkalla.

Á Valentínusardaginn er við hæfi að gefa gjafir og tjá þannig ást sína á þeim sem maður elskar. Á einum slíkum degi gerði ég mér ferð í blómabúð til að kaupa gjöf handa góðum vini sem ég hafði nýlega kynnst. Þessi vinur minn var orðinn fullorðinn, hann var einstæðingur og átti bæði við krabbamein og geðfötlun að stríða. Ég ákvað eftir nokkra íhugun að kaupa rauðar rósir og skrifaði falleg orð á kort sem

og góðri tónlist. Kampavín og kelerí gat beðið, lifi þá væntanlega lengur í staðinn, og þó? Kelerí er víst mjög heilsusamlegt, næstum því eins mikilvægt og lýsi ... shit! Smiiiiileeeer!!!

Tónlist og önnur list

Listin... er lífið í dansandi sköpunargleði.

Að hlusta á tónlist er mjög áhrifarík leið til að kalla fram þær tilfinningar sem maður sækist eftir.

Ekkert listform mannsins hefur eins sterk áhrif á mig og tónlist. Þegar ég er leið, en næ samt að drífa hressa tónlist á fóninn, þá bókstaflega klikkast ég af gleði og get ekki hamið mig. Dansinn er afkvæmi tónlistar, og þegar ég sleppi mér á gólfinu fagnar sál mín innilega. Eins getur róleg og falleg tónlist losað út sorg og erfiðar tilfinningar og skapað þannig meira rými fyrir gleðina.

Fyrir nokkru varð ég fyrir missi og fann lengi fyrir mikilli sorg, sem fékk enga útrás, virtist föst í mér, ég gat ekki grátið þótt ég vildi. Einn morgun sneri ég mér uppgefin til Guðs og bað um aðstoð.

Klukkutíma síðar kveikti ég á tölvunni minni og sá þar póst frá manni nokkrum sem hafði nýverið séð Smiler. Hann sendi mér link á lagið *Smile* með Nat King Cole. Þegar ég hlustaði brast stífla og tárin streymdu ... og streymdu ... og streymdu enn meir ... og Guð minn góður, hvað mér var létt.

Að syngja er pottþétt aðferð til að láta sér líða vel og skapa eitthvað gott. Það er ómögulegt að vera í fýlu á sama tíma og maður syngur. Árið 1999 dvaldi ég í nokkrar vikur í Prag í Tékklandi. Ég bjó á gistiheimili þar sem ég deildi herbergi með listakonu frá Serbíu. Á þessum tíma var háð stríð í Júgóslavíu. Þessi góða kona, sem varð fljótlega vinkona mín, var ansi óttaslegin vegna ástandsins í heimalandi sínu, og skyldi engan undra.

Dag hvern mættum við í Listaháskóla borgarinnar, þar sem við unnum að sameiginlegri listsýningu ásamt fleira fólki. Flesta morgna er við röltum

kropp. Afi minn (blessuð sé minning hans) var einn sérvitrasti, nákvæmasti og hægvirkasti gamlingi Vesturlanda, en um leið eldklár maður sem vissi alltaf hvað hann vildi. Hann var virkur skapari og það var fátt sem hann vílaði fyrir sér. Þegar hann fór á eftirlaun tæplega sjötugur (eftir að hafa starfað í banka allt sitt líf) stofnaði hann prentsmiðju í bílskúrnum heima hjá sér – án þess að hafa lært neitt í prentiðn. Hann var óhræddur við allar nýjungar og óð áfram – með góðum árangri. Hann kenndi mér mörg góð gildi og stendur þar heiðarleikinn upp úr. Ef bankamenn nútímans hefðu slík gildi í heiðri, þá hefðu blessaðir bankarnir líklega aldrei hrunið. Ég áttaði mig fljótt á þessu vanþakklæti mínu gagnvart gamla manninum – ákvað að brosa og þakka fyrir enn eitt tækifærið til að þjálfa þolinmæði mína – þvílík guðsgjöf sem mér veitti ekki af.

> Ef þú brosir fimm sinnum á dag,
> *án tilefnis,*
> getur þú breytt lífi þínu á níutíu dögum.
> – Thich Nhat Hanh.

Eftir að hafa baðað afa fór ég heim og kveikti á tölvunni minni og viti menn, komið var svar við umsókn minni um þátttöku *Smilers* í mikilsmetinni sýningu á komandi aðventu – frábær kynning! Ég var örugg um jákvætt svar, enda engin jólagjöf sem gæti slegið gripnum við. Ekki voru þó allir sammála mér. „Takk fyrir umsókn þína, en því miður ... gengur vonandi betur næst." Ég grét inni í mér – þvílík skömm, þvílíkt óréttlæti! Nákvæmlega þarna í þessu ömurlega NÚI bjargaði Smiler mér: *Ef þú brosir fimm sinnum á dag – án tilefnis* ... Nú var akkúrat ekkert tilefni, að því er mér fannst. Enn og aftur ástæða til að þiggja hjálp og þvinga munnvikin upp á móti fýlulegu þyngdaraflinu. Ég minntist líka orða viturs manns, en sá sagðist aldrei leyfa reiði að stýra sér lengur en tólf mínútur í senn! Ég tók tímann á mér – sá að liðnar voru tíu – og náði að stoppa vælið á þeirri tólftu!

Eftir þennan viðsnúning átti ég ómetanlegt kvöld með sjálfri mér, í miklu þakklæti með penslunum mínum, speltbrauði, grænu lerkitei, kertaljósum

Þó að þú búir ekki svo vel að eiga Smiler, þá er hægt að notast við önnur tól. Komið hefur fram í könnunum að skrifstofufólk, sem hefur þann skemmtilega ávana að geyma blýanta á milli tannanna, upplifir sig hamingjusamara en þeir sem gera það ekki. Í sálfræðibókinni *Atkinson & Hilgard's Introduction to Psychology* segir frá rannsókn á tveimur hópum fólks sem horfðu á sömu teiknimyndina. Annar hópurinn hélt penna á milli tannanna – sem framkallaði brosdrætti. Hinn hópurinn hélt penna á milli varanna – sem kom í veg fyrir brosdrætti. Niðurstaðan var sú að fyrrnefnda hópnum þótti myndin mun fyndnari. Þetta bendir til þess að andlitsdrættir okkar þjóni mikilvægu hlutverki í vellíðan. Líkamsstellingar okkar hafa einnig mikið að segja, þ.e. ef við réttum úr baki og berum höfuðið hátt, þá eykur það andlega vellíðan.

Rifjaðu upp brandara eða skemmtilega minningu – allt sem fær þig til að brosa. Ef það dugir ekki til, þá einfaldlega kreistu fram bros. Skoðaðu svo líðan þína eftir níutíu daga og vittu hvort hamingja þín hafi ekki vaxið að mun.

Fagnandi – en fúl á föstudegi

Ég hef oft átt fremur auðvelt með að vorkenna sjálfri mér – þó að ég trúi á skaðsemi neikvæðra hugsana fyrir líkama og sál.

Það var á föstudegi sem ég stóð stolt með Smiler í höndunum, í glóðvolgum umbúðum úr prentsmiðjunni. Níu mánaða meðgöngu hans var lokið! Ég var nýstigin út af ljósmyndastofu, en þar hafði gripurinn verið myndaður í bak og fyrir, bæði í brosandi munnvikum og á myndarlegum börmum.

Á sekúndubroti laust niður í huga mér hversu hrikalega bágt ég ætti. Ef einhvern tíma væri tilefni til að skála í freyðandi kampavíni, þá var það í þessu NÚI. En þarna stóð ég alein, með Smiler í höndunum og enginn til að samfagna mér, enda nýskilin við kærastann ☹. Greyið ég, sem átti dekur og faðmlag skilið, var á leiðinni til afa, til að baða hans níutíu ára gamla

Brostu með hjartanu

Ég loka augunum, dreg andann djúpt og rólega og beini athyglinni að hjartasvæðinu. Til að auðvelda þetta er gott að halda höndunum létt yfir hjartastað. Ég anda inn í hjartasvæðið og sé fyrir mér kröftugar rafbylgjur þess (sem eru sagðar fimm þúsund sinnum öflugri en heilabylgjur). Ég bý til hvíta kærleiksorku með því að hugsa til einhvers sem ég elska skilyrðislaust, gæti t.d. verið barn eða gæludýr, jafnvel maki hjá þeim nýgiftu ☺. Þessa kærleikstilfinningu sendi ég um allan líkama minn og út til allra þeirra sem ég elska, sem og allra þeirra sem ég vil læra að elska. Ég bið síðan almættið um að senda mér, eftir þessari sömu leið, enn meiri kærleika og gleði.

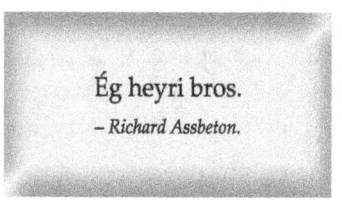

Ég heyri bros.
– Richard Assbeton.

Þegar vel tekst til hjá mér finn ég hvernig kviknar á hverri frumu og dásamlegur kærleiksstraumur flæðir um mig alla. Ég er líkt og ljósleiðari, upptendruð af gleði og ást. Andlit mitt geislar og fær jafnvel harðsperrur af langvarandi brosi sem nær eyrnanna á milli ☺.

Ágóðinn af þessu er mikill og hafa rannsóknir m.a. sýnt að hugleiðsluaðferðir þar sem kærleiksorkan er mögnuð upp, gera ónæmiskerfi okkar mun öflugra á eftir, í allt að átta klukkustundir.

Brostu fimm sinnum á dag ... án tilefnis!

Brostu og hlæðu sem oftast yfir daginn. Þannig slakar þú á og eflir jákvæða orku þína, sem síðan mun draga að þér ýmislegt gott. Jákvæð útgeislun þín mun laða til þín rétta fólkið og bestu tækifærin.

Ákveddu að hvern dag ætlir þú að brosa fimm sinnum aukalega, þ.e. án þess að nokkuð fyndið eða frábært sé að gerast. Rannsóknir hafa sýnt að jafnvel þó að við brosum gervibrosi þá örvar það vellíðunarhormónin í heilanum. Prófaðu að brosa þegar á móti blæs, t.d. þegar þú beyglar bílinn, missir af strætó – eða kemst ekki í fötin þín ☺.

Hugleiðsla

Sagt er að í bæn sértu að biðja, en í hugleiðslu að hlusta eftir svari. Margar hugleiðsluaðferðir eru í boði og ættu allir að geta fundið eitthvað við sitt hæfi. Þú gætir líka búið þér til þína eigin aðferð.

Er við kyrrum hugann og horfum inn á við tengjumst við betur sál okkar. Orka okkar magnast, sem síðan hjálpar okkur til við að ná markmiðum okkar. „*If you don't go within you go without*" er ábending sem Guð sjálfur gefur í bókinni *Conversations with God* eftir N.D. Walsch. Mætti þýða á gamansaman hátt sem: „*Gakktu með þér – ekki frá þér!*" En meiningin er að ef þú hlustar ekki á sál þína, þá missir þú af miklu! Flestar hugleiðsluaðferðir leggja áherslu á meðvitaða öndun, rólega og djúpa. Að hafa augun lokuð er ekki verra, en engin nauðsyn. Falleg og róandi hugleiðslutónlist er líka hentug til að komast í rétta gírinn.

Hugleiðsla utandyra

Göngutúr með sjálfum sér, úti í náttúrunni eða jafnvel á malbiki er ekki leiðinleg athöfn. Stundum misnotar maður þó aðstæður, hleypir huganum á skeið, jafnvel í nýafstaðið rifrildi, og eyðileggur þannig alla ánægjuna. Athygli á *núinu* er mikilvæg til að komast hjá þess konar misnotkun. Ein leið sem ég nota gjarnan er sú að stara á eitthvað í fjarska; t.d. á trjágrein eða bílnúmer. Þegar ég svo nálgast fyrirbærið heilsa ég með virktum og snerti jafnvel og skoða hvert smáatriði þess.

Nálægt heimili mínu er fallegur garður með yndislegri tjörn þar sem áhyggjulausar endur synda og njóta tilverunnar. Ég uni mér einstaklega vel þegar ég sit þar á bekk og stari á einhvern andarsteggin ... leyfi mér að falla í dáleiðslu yfir fegurðinni í hverri fjöður hans ... heyri hann jafnvel kvaka: „*Ég endur-tek ... ég endur-tek*"... er hann syndir hring eftir hring ☺.

Bænir

Biddu um gleði – ef þig skortir hana............ Þarna gerði ég hlé í tvær mínútur til að sannprófa þessa kenningu mína. Mig hefur nefnilega skort gleði í dag, þó skömm sé frá að segja, og því bað ég almættið rétt í þessu að hressa mig við. Viti menn! Nánast strax var bankað á dyr og ein af mínum hressustu vinkonum birtist í gættinni, með stórt BROS að gefa mér ... og hvað gat ég annað en hlegið.

Þegar mikið liggur við og áhyggjur herja á gríp ég gjarnan í uppáhaldsbænina mína. Hún hjálpar mér að slaka á og sleppa tökunum. Bænina lærði ég hjá N.D. Walsch: *„Guð, ég þakka þér fyrir að hjálpa mér að skilja að þetta vandamál hefur nú þegar verið leyst fyrir mig"*... hvert sem það nú er hverju sinni. Að þakka fyrirfram fyrir hjálp er kröftugt. Þú lýsir yfir fullvissu um góða útkomu og alheimurinn bregst skjótt við og sendir þér hana í veruleika þinn. Sagði ekki meistari Jesús eitt sinn: „Trú þín hefur gert þig heilan"?

Æðruleysisbænin eftir Reinhold Niebuhr Carnegie er vel þekkt. Hún er kröftug og safarík, en þó einföld í sinni styttri útgáfu:

Guð, gef mér æðruleysi
til að sætta mig við það sem ég fæ ekki breytt,
kjark til að breyta því sem ég get breytt,
og visku til að greina þar á milli.

athyglinni á hverju smáatriði, í hverju verki sem ég framkvæmi. Flesta morgna fæ ég ágætis æfingu þegar ég set á mig andlitsfarða til að undirstrika fegurð mína. Ég horfi í spegilinn, tek eftir tilfinningu húðarinnar þegar svampurinn strýkur hana, horfi á hrukkurnar sléttast og andlitið fríkka með hverri stroku, jafnvel brosa til mín (ef ég fór réttu megin fram úr). Ég brosi á móti, þakklát og sátt – eins gott því að þetta andlit á eftir að fylgja mér allan daginn ☺.

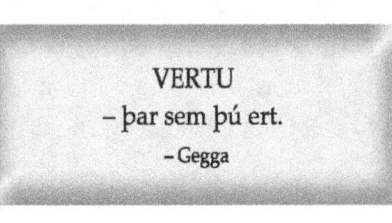

VERTU
– þar sem þú ert.
– Gegga

Nýtt umhverfi undirstrikar NÚIÐ vel fyrir mér. Þá er barnsleg forvitni mín endurvakin og löngun mín til að njóta furðu nýrra fyrirbæra heldur mér í núinu. Þetta er sérlega auðvelt á ferðalögum á ókunnum slóðum. Þá er líkt og tíminn „stækki" á einkennilegan hátt. Hann rúmar meiri upplifun. Hver stund fær alla þá athygli sem hún á skilið og því getur stutt helgarferð virkað eins og heil vika. Tíminn hleypur ekki frá mér líkt og ég upplifi oft í mínu hversdagslega umhverfi.

Hugurinn samsamar sig ætíð tíma, fortíð eða framtíð, og því er erfitt að vera fúll nema neikvæðar hugsanir um liðna tíma, eða áhyggjur um komandi framtíð, séu að trufla. Fortíðar- og framtíðarhugsanir ættum við að spara og nota eingöngu í hagnýtum tilgangi, t.d. er við skipuleggjum skemmtilegt sumarfrí eða kaupum jólagjafir í júlí.

NÚIÐ er allt sem við eigum og því ekki að ástæðulausu sem það heitir á ensku „the present". Gjöfin í því er takmarkalaus. Þegar orðinu er skipt í pre-sent (áður sent) minnir það okkur á að NÚIÐ er afleiðing af fyrri hugsunum okkar og ákvörðunum. Lögmál orsaka og afleiðinga tekur aldrei pásu.

Þegar við erum sátt í NÚINU, þá leikur lífið á okkar bestu strengi og við aukum möguleikann á að næsta NÚ verði jafnvel enn betra.

Gæfa mín var að sjá hið skondna í þessu öllu. Ég brosti meira að segja og fékk á tilfinninguna að þetta yrði létt „námskeið" því að ég var svo klárlega meðvituð um hvað væri í gangi. Viti menn, er ég kom á staðinn voru einungis tvær hræður á biðstofunni. Biðin var nánast engin, allt ferlið (röntgenmyndataka meðtalin) tók innan við klukkutíma, og ég reyndist óbrotin! Mestur tíminn fór í að spjalla við góðan vin sem ég hafði ekki hitt lengi, en hann var einmitt læknirinn á vaktinni þetta kvöld.

„Þú skapar líf þitt jafnóðum," sagði Winston Churchill, og þarna tókst mér það með stæl ☺.

Ánægjudagbók

Að skrifa stutt yfirlit í lok dags um allt það góða sem gerðist þann daginn beinir athygli okkar að því hversu líf okkar er í raun ánægjulegt. Með slíkum skrifum búum við til góðar minningar fyrir framtíðina. Ef þörf er á að skrá niður leiðindi og vandamál, þá er þetta ekki rétti staðurinn. Blátt bann er við því að rita neikvætt orð í bókina!

NÚIÐ – í fortíð og framtíð

„Að afsala ykkur þeirri hugmynd að þið séuð hugurinn er langmikilvægasta skrefið sem þið getið stigið í átt til uppljómunar," segir Eckhart Tolle í bók sinni Mátturinn í Núinu. Af hverju ekki að brosa að hugsunum okkar og gera létt grín að þeim? Þær eru jú bara tímabundnar, og gufa svo upp.

Hugur sem nærir neikvæðar hugsanir tengdar sársauka og ótta missir máttinn í *núvitund,* sem er alltaf sátt við það sem *er*, af þeirri einföldu ástæðu að það *er* og ekkert annað *er* í boði þá stundina.

Fortíð og framtíð fyrirfinnast ekki, þær eru einungis hugsanir, um gömul NÚ *og* væntanleg NÚ.

Þó að auðvelt sé að tala um NÚIÐ, getur verið snúið að dvelja í því. Lykillinn að því er *ATHYGLI.* Sjálf reyni ég (með misjöfnum árangri) að halda

Heilsukex

Hirsiflögur, quinoflögur, graskersfræ, kúmenfræ, valhnetur, alls kyns fræ og hnetur, engiferduft, kaniduft, sjávarsalt.

Slatti af öllu ofantöldu. Bleytt vel með vatni (helst heitu). Speltmjöl í litlu magni – bætt í þar til massinn er passlega þurr. Mótaðar þunnar flatar kökur á bökunarpappír. Bakaðar í u.þ.b. 10 mín. við 210°C. Eða steiktar á pönnu. Heppnast alltaf ☺.

Skondin slysasaga

Þegar ég vil spreyta mig sem skapari, útvíkka mátt minn og megin, er betra að vera meðvituð í ferlinu sem fer af stað. Ég hef lært af reynslunni að gæfulegra er að velja hugsanir sínar af vandvirkni og vera við öllu búin. Það er alveg sama hvað ég sé fyrir mér í huganum – gott eða slæmt – ég skapa það líklega í veruleika minn. Það sem innri sýn mín birtir verður að lokum ljóst minni ytri sýn. Þegar ég er minnt á þetta lögmál – sem gerist reglulega, þá eru sjaldnast notaðir neinir silkihanskar.

Einn góðan haustdag var flughálka á strætum Reykjavíkur. Mér varð að orði að nú hlyti að vera biðraðir á slysadeildinni, af brotnum gamlingjum, sem kynnu ekki fótum sínum forráð. Mér varð hugsað til óþolinmæði minnar – þolinmæði er sú dyggð sem ég vil mjög gjarnan eiga meira af – eins gott að ég var ekki í hættu.

Tveimur dögum síðar steig *ég* – unga daman – á svellbunka og flaug í loft upp, stjórnlaus með öllu. Skellurinn við lendinguna var logandi sár, bæði í mínum óæðri enda og vinstri hendinni sem ég bar fyrir mig. Á meðan ég var enn á lofti laust niður í huga mér að nú væri almættið að svara bænum mínum, svona „skemmtilega" líka. Þarna neyddist ég til að fara upp á Slysó og ekkert þenur eins taugarnar og að húka þar á biðstofu tímunum saman. Ég keyrði af stað með hægri hönd á stýri, þvílík heppni að sú vinstri varð fyrir valinu!

þá né lengi á eftir. Ég var kærulaus, nennti ekki að taka mig á og gleymdi miðanum.

Einn dag sem oftar sat ég í stólnum hjá klippidömunni minni þegar hún fékk áfall. Hún fann skallablett, og það fleiri en einn, á mínu fagra höfði. Mér tókst að brosa – af einlægni og þakka fyrir þetta spark frá almættinu. Ég vissi að það var verið að svara bænum mínum (harkalega að vísu) því að ég er þokkalega hégómagjörn og yrði aldrei sátt við að vera sköllótt – myndi gera *hvað sem er* til að forðast það!

Ég pantaði með hraði tíma hjá *gúrú* í næringarfræðum, sem mældi líkamsástand mitt með nútímagaldratækjum. Niðurstaðan var miður falleg. Ég var bókstaflega í svelti, skorti flest vítamín og var þurr sem eyðimörk. Ótrúlega fáránlegt ástand í landi allsnægta og besta vatns í heimi, sem er í ofanálag ókeypis!

Kvöldið fyrir áfallið hafði ég fyrir einskæra *tilviljun* (sem er ekki til) mætt á sölukynningu á merkilegu töfratæki sem átti að sögn að slétta úr hrukkum, endurnýja húð og *örva hárvöxt*. Það kvöld hafði ég ekkert við slíkan grip að gera, enda kostaði hann formúu. Nú þurfti ég nauðsynlega á honum að halda og splæsti í tækið. Ég ákvað að sex vikum síðar yrðu öll skallamein horfin og því til staðfestingar teiknaði ég hring (andlit með mikið hár) utan um ákveðna dagsetningu á dagatalinu. Í framhaldinu dældi ég í mig heilsufæði, vökvaði mig ríkulega og notaði töfratækið kerfisbundið á skallablettina.

Það þarf ekki að spyrja að leikslokum, nákvæmlega sex vikum síðar sat ég aftur í stól klippidömunnar – og henni brá – ótrúlega þéttur nýgræðingur hafði sprottið á fyrrum berangri. Já – kraftaverk berst þegar neyðin er mest.

Það er sennilega engin tilviljun, en ég áttaði mig á því löngu síðar að á eldhúsborðinu undir veggnum með miðanum góða geymi ég lagerinn minn af vítamínum, ásamt ljúffenga heilsukexinu sem ég baka nú reglulega – þökk sé skallanum ☺.

Tíu atriði sem þú getur þakkað fyrir í dag!
Það er *alltaf* hægt að finna eitthvað jákvætt. Ef ekki vill betur til er hægt að þakka fyrir bókina sem þú nú lest, hendurnar sem halda á henni (ef þú hefur þær), gleraugun sem skýra allt, nýlagað kaffið, góða veðurspá, traustan vin, knús og kelerí, húsaskjól, skemmtilegt spjall við börnin, stefnumót fram undan, óvænta aðstoð, sætan koss, ný nærföt, salernisaðstöðu í híbýlum þínum (vonandi), súrefnið í loftinu ... listinn er ótæmandi.

Ágætis ráð er að skrifa í litla bók á eina opnu á dag. Á aðra síðuna skrifar þú þakklæti fyrir allt það góða sem þú hefur öðlast nú þegar, á hina skráir þú þakklæti fyrirfram, fyrir það sem þú vilt að verði. Ekki má endurtaka sömu atriðin oft. Ef þetta er gert með opnu hjarta svínvirkar það. Þakklætistilfinningin er öflugt tæki með jákvæða segulorku. Hún er yfirlýsing til alheimsins um að þú hafir það gott *núna* – og það mun því enn aukast.

Þegar við kjósum að vera skaparar, fremur en fórnarlömb, þá er sterkur leikur að þakka fyrir ALLT, sjá gjafir í öllu – líka því „slæma". Því hvað vitum við? Oft er það svo að það sem virðist slæmt og mikið áfall þá stundina reynist okkur síðan hin besta gjöf. Ef þið skoðið líf ykkar heiðarlega þá komið þið auga á þetta. Ekki er allt sem sýnist og við getum treyst því að bænum okkar er ætíð svarað.

Þegar einar dyr lokast opnast aðrar og þegar okkur tekst að sleppa tökum á gremju og dómhörku skapast rými fyrir eitthvað nýtt og miklu betra. Þegar þú trúir þessu muntu flytja fjöll.

Súrsæt skallasaga

Ekki berast öll bænasvör á silfurfati – því miður. Eitt sinn límdi ég miða á eldhúsvegginn hjá mér sem á stóð: „Ég borða næringarríka og holla fæðu" – sem ég gerði alls ekki – hvorki

> Þegar lífið réttir þér sítrónu búðu þá til límonaði.
> – *Ók. höf.*

andi þakkarbænina góðu. Og þarna beint fyrir framan nefið á mér sá ég húddið – skínandi blátt! Bíllinn ber nú stoltur nafnið *Smiler* á skráningarplötunni.

Þakkarbænir fyrirfram lýsa gleði og vissu um bænheyrslu og eru því öflugasti sköpunarkrafturinn. Með þeim sendir þú yfirlýsingu út til alheimsins um að þú hafir nú þegar það sem þig langar í og þannig sogar þú það til þín – á ljóshraða. Sagði ekki sjálfur Guð: „*Áður en þú biður hef ég svarað bænum þínum.*" Gott er þó að hafa í huga að Guð er enginn venjulegur viðskiptafrömuður og svarar ætíð á þann hátt að það sé þér til góðs – sem getur þýtt; já, nei eða... ekki strax.

Þakklæti er málið

Ég er þakklát fyrir allt – alltaf! Líka það leiðinlega ... stundum ☻.

Þakklæti er kröftug hjálp þegar á móti blæs. Í ótta og sársauka á hugurinn erfitt með að vera bjartsýnn og upplifa gleði. Neikvæðar tilfinningar geta orðið allsráðandi og sest að: Reiði, afbrýði, sektarkennd, höfnun, einmanaleiki, vonleysi; listinn er langur og hundleiðinlegur og getur bókstaflega drekkt okkur ef við syndum ekki rösklega í hafsjó þakklætis.

Hugsanir (sem eru alltaf undanfari tilfinninga) geta komið og farið svo hratt að við tökum ekki eftir þeim. Á erfiðum stundum gætum við þurft að þvinga hugsanir okkar í jákvæða átt til að skapa þá strauma sem geta laðað gott til okkar – „feika það til að meika það".

> Lærðu að vera hamingjusöm/samur
> með það sem þú hefur,
> á meðan þú leitar eftir öllu sem þig langar í.
> – Jim Rohn

Hvort sem dagurinn brosir við þér eða ekki, þá er bráðsnjallt að skrifa niður:

nýlegan bíl, tegundin skipti ekki máli en blár skyldi hann vera. Ég óð ekki í seðlum á þeim tíma, svo að bílakaup voru ekki inni í myndinni. Ég leit á þetta sem tilvalda prófraun í því hvort hugsanir gætu galdrað fram drauma mína.

Á þessum tíma starfaði ég sem hjúkrunarfræðingur og vann oft á kvöldin og næturnar. Það var því myrkur þegar ég keyrði í og úr vinnu og ómögulegt að sjá rauða litinn á bílhúddinu gegnum framrúðuna. Ég ímyndaði mér að ég væri að keyra nýja bílinn minn og sá fyrir mér blátt húdd fyrir framan mig. Ég fylltist og nánast trylltist af einlægri gleði, söng og trallaði hástöfum þakkarbænir til almættisins.

> Þegar ávinningurinn
> er tryggður
> þykir verðið lágt.
> – Jim Rohn

Nokkru síðar ákvað ég ferð til Akureyrar til að taka þátt í myndlistarsýningunni. Ég hafði áhyggjur af hvimleiðum leka úr framdekki bílsins en tímdi ekki að kaupa nýtt dekk undir gamlan bíl. Þá fékk ég þá freistandi hugdettu, aðeins tveimur dögum fyrir brottför, að skoða bíla. En bara skoða – ekki snerta.

Á einni bílasölunni sá ég þennan flotta bláa kagga – rennilegan og rúmgóðan fyrir plássfrek listaverk. Þarna var aldeilis kominn bíll drauma minna. Ég stóðst ekki freistinguna og spurðist fyrir um bílinn hjá sölumanni, sem sagði að hann væri frátekinn. „En ef ég staðgreiði?" datt út úr mér. „Þá er fákurinn þinn," var svarið.

Ég var kolfallin fyrir bílnum og hringdi í bankann minn til að spyrjast fyrir um lán, sem er ólíkt mér, því ég vil eiga fyrir hlutum þegar ég kaupi þá. Ég fékk þær merkilegu upplýsingar að ég ætti aura fyrir bílnum, peningar voru inni á reikningi sem ég *vissi ekki um* – ótrúlegt – en JESS!! Hálftíma síðar steig ég bensíngjöfina á nýja kagganum, söngl-

að óska eftir einhverju". Leyfðu ímyndunaraflinu að flæða og settu sterkar staðhæfingar á viðeigandi staði.

Dæmi um staðhæfingar: Ég er hamingjusöm, hraust og rík • ég er ástríkur gleðigjafi • ég elska lífið – og lífið mig • ég er þakklát fyrir mig – og líka þig • ég er vaxandi tölvugúrú • ég er betri í dag en í gær • ég er uppspretta allsnægta á öllum sviðum • ég er umvafin ást og umhyggju • ég fæði snilldarhugmyndir alla daga • ég er segull á velgengni • ég fríkka með hverjum deginum (svo segir spegillinn) • ég er alltaf frjáls að velja viðhorf mín • ég er fullnægð á allan hátt alla daga ☺.

Áhrifaríkt er að endurtaka staðhæfingar oft. Þannig endurforritum við undirmeðvitund okkar, en hún er í raun skipstjórinn í allri sköpun. Níu hugsanir okkar af hverjum tíu tilheyra henni, á meðan einungis einn tíundi hluti hugsana er meðvitaður. Þó dálítið misjafnt sé hvað heimildir segja um þessi hlutföll er undirmeðvitundin ætíð sigurvegarinn.

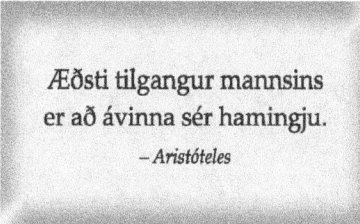

Æðsti tilgangur mannsins er að ávinna sér hamingju.
– Aristóteles

Ímynd

Að sjá fyrir sér draum sinn, ímynda sér hann vera þegar orðinn að veruleika, er öflug leið í sköpun.

Sagan af bláa bílnum

Eitt sinn gerði ég skemmtilega tilraun eftir að hafa horft á myndina *Leyndarmálið. (the Secret)*

Í myndinni var sagt frá manni nokkrum sem eignaðist nýjan bíl ... með því einu að virkja ímyndunaraflið. Ég var til í að prófa þetta þar sem bíllinn minn var orðinn ellefu ára, slitinn og lítið sjarmerandi. Mig dreymdi um

VERKFÆRI SEM VIRKA

Jákvæðar staðhæfingar

... eru magnaðar. Þær nota ég nánast daglega og byrja oft daginn á að segja: „Allt í dag er mér í hag." Þannig *ákveð* ég að allt sem gerist þann daginn verði mér til góðs – þótt síðar verði.

„Ég er" þýðir það sama og „Guð" á hebresku, eins og áður sagði og er sterk yfirlýsing um *hver þú ert í raun og veru*. Alheimurinn lýtur þér og færir þér allt sem til þarf svo að þú getir upplifað það enn frekar í veruleika þínum.

Mér hefur reynst vel að skrifa hverja og eina staðhæfingu á miða sem ég planta á viðeigandi staði. Í seðlaveskinu mínu er miði sem á stendur: „Ég er vel fjáð og ætíð aflögufær", og ég segi það satt, veskið mitt hefur aldrei tæmst – alveg ☺.

Staðhæfingar eru góð hjálpartæki og gagnast vel á meðan þú stefnir að einhverju markmiði og hefur ekki enn náð því, að þínu mati, sem getur þó verið spurning um viðhorf. Þegar þú hefur náð markmiði þínu er eðli málsins samkvæmt ekki lengur þörf fyrir staðhæfingu.

Mikilvægt er að hafa staðhæfingar í nútíð, annars hljóma þær einungis sem ósk um eitthvað í framtíðinni og þú upplifir þig endalaust sem „þig

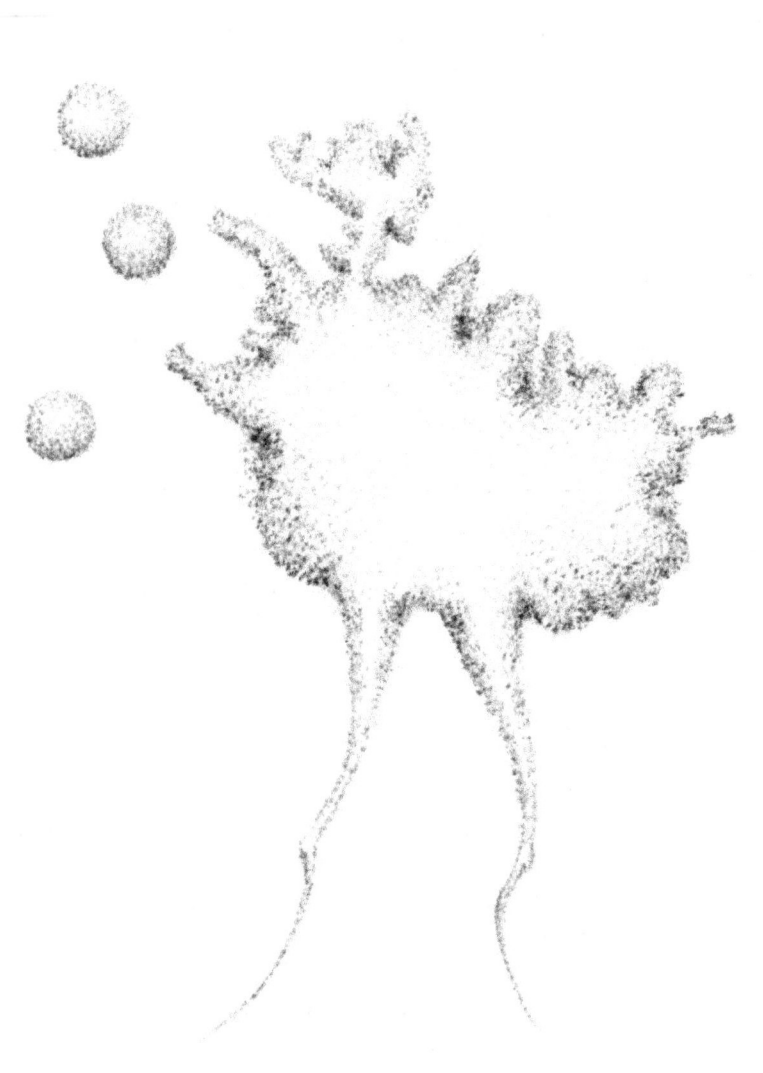

Across the sunlit sky in Iceland, words
are written into your eyes
and they say

"Freedom"

When someone passes you on the street
their smile is easy, even if
they haven't practiced it yet today, even if
you are the first person
to step into their shop and run your hand along
the fur-lined clothing, and the leathers
and the wools...

Oh,

You can try to close some part of you,
but fast and gentle humor will open it

In Iceland

If you walk down to the waterline, swans, or ducks
or seagulls will cover you in sounds, and in wings of light
and when you hug your clothing closer around you,
embracing the sharp oceanic winds and crystal blue, you
smile,
because you discover
what everyone before you has discovered:

There's a certain warmth in Iceland
that only its freedom

Can bring you.

miða og skráði mig full af bjartsýni á námskeið í heimabæ hans, Ash-land í Oregon. Í farteskinu hafði ég boðskort í afmælið mitt, sem yrði rétt innan árs frá þeim tíma. Að útbúa boðskort var hugboð sem ég fékk til að ná óskiptri athygli mannsins, sem annars er umvafinn fjölda aðdáenda.

Þar sem ég er kona og kann kvennaklæki fannst mér vænlegast að afhenda Em Clair, hans yndislegu eiginkonu, boðskortið. Guði sé lof og dýrð! Þau hjónin þáðu boðið, og hjarta mitt hoppaði. Þau mættu að vísu mánuði of seint í veisluna, en hvað um það, markmið mitt var að fá Neale til að lesa yfir samlöndum mínum, sem voru margir hverjir í andlegri og efnahagslegri kreppu. Hann gerði það af mikilli rausn, hélt fyrirlestur í heilan dag fyrir hátt í fjögur hundruð manns, án þess að þiggja greiðslu fyrir. Það verður seint, ef þá nokkurn tímann, hægt að toppa þessa afmælisgjöf. Skyldi þetta vera ástæða þess að „*Jónatan*" hjálpaði mér að fjármagna ferðina forðum?

Ekki veit ég fyrir víst hvort maðurinn steig út í garðinn minn – en hann svaf, ásamt konu sinni, í RÚMINU MÍNU! Já, það sem lífið getur flogið fram úr villtustu draumum ☺.

Af garðveislunni góðu er það að segja að frábær söngkona söng af krafti bestu lögin hennar Tinu. Þessari söngkonu kynntist ég stuttu fyrir afmælið mitt – fyrir einskæra tilviljun (ef hún væri til). Hún kaus málverk eftir mig sem gjald fyrir sönginn og því má segja að þegar upp var staðið þá lagði ég ekki út krónu!

Iceland – ljóð eftir Em Clair

Em Clair er ljóðskáld sem tjáir tungumál sálarinnar sérlega vel. Ljóð hennar snerta djúpt við fegurstu tilfinningum hjartans. Það var sérlegur heiður fyrir mig að taka á móti ljóðinu *Iceland* sem hún sendi mér eftir dvöl sína á Íslandi. Ég biðst velvirðingar á því að ljóðið er á ensku þar sem ekki fannst þýðandi sem treysti sér í verkið.

GEFÐU ÞÉR GÓÐAR GJAFIR

Ég geri mikið af því að láta mig dreyma, dagdreyma um dýrðir og dásemdardaga. Þótt fáir trúi því þá varð ég fimmtug fyrir tveimur árum og líkt og aðrir unglingar á ég mér frægar fyrirmyndir. Á tónlistarsviðinu er það Tina Turner, og á andlega sviðinu er það m.a. metsöluhöfundurinn N.D. Walsch – sami gæinn og fór með örlagaríku orðin sem urðu til þess að vekja Smiler af þyrnirósarsvefni sínum.

Ég átti mér þann draum að þetta fræga fólk mætti í garðveisluna miklu sem ég stefndi á að halda í tilefni stórafmælis míns, þ.e. ef einhver yrði garðurinn, því að á þessum tíma var hann ekkert nema gróf mölin. Þetta átti ekki að kosta mig krónu. Þvílík bjartsýni! Maðurinn þekkti mig lítið, bjó í Bandaríkjunum, og dagskrá hans var ætíð fullbókuð langt fram í tímann. Og Tina! Við vorum nú ekki beint spjallvinkonur, ég var hreinlega ekki til í heimi hennar. En draumarnir kostuðu ekki neitt og gerðu líf mitt meira spennandi. Nokkrum sinnum í viku (um allnokkurn tíma) tók ég mig til og hlustaði á tónlist sem kom mér í rétta gírinn, ég lokaði augunum og ímyndaði mér þetta fólk í afmælinu mínu, í dúndrandi danssveiflu.

Þar sem ég er bæði kjörkuð og þrautseig ákvað ég að gera mitt allra besta til að fá Neale til landsins. Ég gaf draumi mínum vængi, keypti mér flug-

Í dag hafa vísindin ótvírætt sannað að máltækið *hláturinn lengir lífið* er ekkert grín og eins gott að taka það alvarlega ☺.

Broslaus maður á ekki að opna búð

Mikilvægi brossins sem markaðstækis í þjónustu er óumdeilanlegt og margur forstjórinn sendir starfsfólk sitt á brosnámskeið til að efla viðskiptin. Greindir starfsmannastjórar hafa þá góðu reglu að ráða aldrei nýjan starfskraft sem brosir ekki í fyrsta viðtali. Sjálf sæki ég endurtekið þá staði þar sem bros og vinsemd ráða ríkjum, nenni til að mynda ekki á veitingastaði með fýlulegum þjónum.

> Bros þitt borgar
> reikningana þína.
> – Gegga

Á lífsleið minni hef ég víða komið við og m.a. dvaldi ég í Japan um nokkurra mánaða skeið. Ég var yfir mig hrifin – þvílík gestrisni! Ég upplifði mig sem drottningu hvar sem ég kom. Ef ég villtist, var eins og villuráfandi sauður úti á götu, vék sér einhver að mér og bauð fram aðstoð – með bros á vör. Brosunum hreinlega rigndi yfir mig hvert sem ég fór. Það var hreinn unaður að fara í verslanir og á veitingastaði. Ég var örugg og mér leið vel, þótt ég væri ein á ferð og gæti ekki tjáð mig að ráði, þar sem ég tala ekki aukatekið orð í japönsku og fáir (á mínum slóðum) töluðu annað en japönsku. Bros og þjónustulund eru aðalsmerki Japana og skiptir þá engu hverjum er þjónað.

Á heimleið til Íslands millilenti ég í borg nokkurri (nefni engin nöfn) og mér brá mikið, enda orðin góðu vön. Skeifa og ólund settu svip á ansi mörg andlit, þó að þau tilheyrðu fólki í launuðum þjónustustörfum. Það er greinilega ekki sjálfgefið að brosa, þótt kostnaðurinn sé enginn en ávinningurinn mikill.

Sjálf starfa ég af og til við afgreiðslu í listagallerí og finn að þegar ég legg mig sérlega fram við að brosa breytist „vinnan" auðveldlega í skemmtun.

Kraftaverk eru gleðiblanda efnis og anda

Fyrir nokkrum árum „varð ég fyrir því" að lenda í slysi og slasast illa í andliti, leit út eins og skrímsli um tíma. Ég var með sprungið kinnbein, brotna tönn, skurði, mikla áverka á húð o.fl. Annað augað var það bólgið að ekki var hægt að opna það til að athuga hvort sjónin hefði skaddast. Ekki þurfti ég lengur að plokka og snyrta augabrúnina þar – hún var horfin að mestum hluta.

Þrátt fyrir þetta taldi ég mig ljónheppna að hafa ekki hálsbrotnað og jafnvel lamast. Ég upplifði endalaust þakklæti og taumlausa gleði yfir heppni minni. Ég hló og brosti eyrnanna á milli frá fyrsta degi eins og bólgan leyfði. Ég sá skondnu hliðina á ástandinu og listakonan í mér fékk kikk út úr því að ljósmynda andlitið, sem var á vissan hátt eins og fagur skúlptúr, útbólgið í öllum regnbogans litum.

Þrátt fyrir bagalegt ástand setti ég mér það háleita markmið að verða ballfær viku eftir slysið. Gamlir skólafélagar mínir ætluðu þá að halda endurfund sem ég hafði lengi hlakkað til. Það tókst – ég mætti í fullu fjöri og hef sjaldan litið betur út, þökk sé færni frábærs förðunarmeistara. Sjónin kom og augabrúnin með, og allt greri að lokum eins og best varð á kosið.

Þegar við hlæjum dátt kemst meiri hreyfing á þindina, öndunin verður betri og blóðflæði örvast.

> Vitur maður fjárfestir í brosi sínu.
> – Gegga

Ónæmiskerfi líkamans styrkist í allri gleði, sem eflir heilbrigði okkar, græðir sár og hjálpar okkur að halda sjúkdómum fjarri. Rannsóknir á hópum fólks með krabbamein og aðra sjúkdóma sýna sterka tengingu á milli jákvæðra hugsana og betra og lengra lífs. Sjálf hef ég starfað á sjúkrastofnunum og margsinnis orðið vitni að því hve jákvæðni og æðruleysi sjúklinga hefur mikið að segja, bati og betri líðan sést mun fyrr en ella.

hjá konum og körlum. Rannsóknir hafa sýnt þá merkilegu niðurstöðu að mikið magn oxitosíns í karlmönnum fyrirbyggir kynferðislegan áhuga þeirra á öðrum kvenkostum en þeirra eigin spúsu. Oxitosín dregur sem sé úr framhjáhaldi, sem er góð frétt, og má ætla að það eigi við um bæði kynin. Þegar móðir fæðir barn og gefur því brjóst er oxitosín einnig lykilhormónið. Það hefur löngum verið vitað að endorfín virkar líkt og morfín á líkamann, þ.e. dregur úr verkjum og skapar vellíðan. Endorfín eykst einnig við líkamlega áreynslu.

Vellíðunarhormón hafa sterkan lækningamátt á meðan stresshormónin cortisol og adrenalín, sem verða til í ótta og vanlíðan, geta skaðað og veikt líkamann ef þau eru viðvarandi. Stresshormónin eru oft kölluð „fight and flight" (berjast og flýja) hormón og koma okkur til hjálpar þegar skyndileg hætta steðjar að, með því að hækka blóðþrýsting og blóðsykur, örva hjartslátt og blóðflæði bæði til heila og vöðva og þannig bjarga okkur á ögurstundum. Lissa Rankin, sem er víðsýnn og reyndur læknir, segir í bók sinni *Mind Over Medicine*: „Líkamar okkar vita hvernig á að laga veikluð prótein, drepa krabbameinsfrumur, hægja á öldrun og berjast við sýkla. Þeir vita jafnvel hvernig á að heila magasár, græða húðsár og prjóna saman brotin bein! Einn hængur er þó á – þetta náttúrulega sjálflæknandi kerfi virkar ekki ef við erum þjökuð af stressi!"

Við getum velt fyrir okkur af hverju margt fólk læknast af krónískum sjúkdómum, bara með því að skipta um starf eða skilja við maka sem veldur því skaða. Hugur okkar og hormónar eru í tryggu bandalagi sem gott er að vera meðvitaður um ef líkama og sál á að líða vel.

Leikur og gleði framkalla spennulosun á líkama og sál og opna þannig hug okkar fyrir skapandi hugmyndum, sem flýta fyrir því að draumar okkar rætist.

hjálpaði til við að binda enda á ástarsamband sem hentaði hvorugu okkar. Ég fékk líka gott námskeið í kærleikanum – skilyrðislausri ást – án afbrýði. Ansi strembið verkefni sem stóð yfir í góðan tíma. Ég útskrifaðist með ágætiseinkunn – þó að ekki næði ég 10. Móðir barnsins var fjarska glöð, þetta var hennar fyrsta barn og hún orðin fertug. Barnið sjálft, alsaklaust, en þó aðalsögupersónan í þessu drama, verður vonandi alltaf þakklátt fyrir lífið og allar hinar dásamlegu gjafir þess.

> Hamingjan er ekkert til að spauga með.
> – Richard Whately

Forðum grét ég söltum tárum í sársauka og sjálfsvorkunn. Í dag brosi ég að þessari lífsreynslu og finn til þakklætis. Ég er sem betur fer ekki eini naflinn í alheiminum og mér finnst hollt að vera minnt á það öðru hverju. Þá leitast ég við að vera skapari fremur en fórnarlamb, þó stundum sé það síðara skrambi freistandi ☺.

Brostu og þér líður betur

Þegar við brosum virkjum við ánægjustöðvar í heilanum sem losa þá út taugaboðefni: Endorfín, dópamín, serótónín og oxitosín. Þessi „gleðihormón" framleiða náttúrulega vímu sem gefur okkur slökun og vellíðan. Þetta efnaferli fer af stað, bæði hjá þeim sem brosið gefur og líka þeim sem það þiggur. Allir foreldrar þekkja þá gleði sem fylgir því að sjá barnið sitt brosa, og rannsóknir hafa sýnt mikla aukningu á magni serótóníns í heila mæðra á slíkum stundum, en serótónín varnar þunglyndi. Gleðihormón eru þannig losuð út í líkamann sem bein afleiðing af jákvæðum og kærleiksríkum hugsunum.

Þessi hormón hafa ýmsum mikilvægum hlutverkum að gegna. Oxitosín er stundum kallað ástarhormón, enda örvar það tengslamyndun milli fólks. Það verður m.a. til í miklu magni við kynferðislega fullnægingu, bæði

trú/staðhæfingu um persónu, atburð eða málefni og spyrð fjögurra spurninga. Síðan snýrð þú hugsuninni við á þrjá vegu.

Dæmi:

„Siggi sveik mig."
1. Er það satt?
2. Ertu alveg viss um (100%) að það sé satt?
3. Hvernig bregstu við þegar þú trúir hugsuninni?
4. Hver værir þú án hugsunarinnar?

Viðsnúningar (turnarounds):
1. Siggi sveik mig ekki.
2. Ég sveik Sigga.
3. Ég sveik sjálfa/n mig.

Þú finnur (helst) þrjú dæmi sem sýna að hvaða leyti viðsnúningar eru rétt upplifun fyrir þig - og veitir þér þannig meiri frið!

Sjá meira um The Work á www.thework.com

Ekkert gerist fyrir tilviljun og það felast gjafir í öllu. Galdurinn er að koma auga á þær. Það getur þó reynst skrambi erfitt, eins og þegar ég frétti að maður sem ég var í ástarsambandi við, hafði barnað aðra konu um sama leyti – og haldið því leyndu. Vinkona hinnar verðandi móður kom til okkar turtildúfnanna, þar sem við áttum rómantíska kvöldstund á veitingastað, og óskaði mínum manni til hamingu með barnið! – sem þá var að vísu ófætt. Þetta var staðreynd sem ég hefði viljað gefa hárið á mér fyrir að geta breytt á sínum tíma, en ekki síðar, er ég sá blessunina sem í henni var fólgin. Í þessu fólust margar gjafir, þótt þær væru vel innpakkaðar. Þessi staðreynd

> Innra með okkur búa heilarar sjúkdóma.
> – Hippókrates

við meðtökum og smitumst jafnvel af. Þannig getum við orðið meðvirk umhverfi okkar – oft án þess að vilja það. Ég sjálf er sérlega næm fyrir þess háttar smitun og get stundum dottið í depurð ef ég er innan um fýlupúka. Þá þrái ég fátt eins heitt og að *hinir* fýlupúkarnir verði glaðir – svo að mér geti liðið vel. Ég gleymi því að *ég get sjálf* verið breytingin!

Hugsanir okkar eru gríðarlega kraftmiklar og ferðast um rými alheimsins á ógnarhraða. Því er það engin tilviljun að þegar við hugsum til vinar í fjarska, þá hringir hann eða sendir okkur tölvupóst andartaki síðar.

> Í lok dagsins mun fólk ekki muna hvað þú sagðir eða gerðir, það minnist þess hvernig þú lést því líða.
> – Maya Angelou

Hver fruma líkamans er gerð úr atómum sem innihalda örsmáar eindir sem hreyfast á geysilegum hraða í miklu tómarúmi, en mest af líkama okkar og alheimsins er tóm, eða um 98%. Við erum þó ekki tómir líkamar, því að tómið er fyllt af „öllu sem er" – *formlausu frumefni alls lífs*; hugsandi og greindu efni allrar sköpunar, efni sem getur tekið á sig hverja þá mynd sem við ímyndum okkur. Kennimeistarinn Wallace D. Wattles fjallar um þetta hugsandi frumefni í bók sinni *Vísindin að baki ríkidæmi*. Þetta hugsandi frumefni „alls sem er" kýs ég að kalla Guð, óendanlega visku og dásamlegan kærleika. Kærleika sem er tilbúinn að umbreyta sér í hvaðeina sem við viljum upplifa.

Í bókinni *Happier than God* líkir höfundurinn, N.D. Walsch, Guði við stofnfrumu, en stofnfrumur eru þær frumur líkamans sem hægt er að rækta og umbreyta í hvaða líkamsvef sem er, t.d. í beinvef eða heilavef. Hann segir Guð vera eins konar „móður allra stofnfrumna"– frábær samlíking sem ég er fyllilega sammála.

Allt sem virðist vera raunveruleiki er þannig séð einungis „hug – mynd" okkar og breytir stöðugt um form. Að sama skapi getur þú endurskapað þig hverja stund – ef þú vilt.

MÁTTURINN OG DÝRÐIN FELST Í BROSI ÞÍNU

Ástin er sterkasta afl sköpunar.
Hún hefur hæstu orkutíðnina og virkar sem kröftugur segull á allt hið góða í alheiminum – sem er í kjarna sínum kærleikur. *Gleðin* er ein af birtingarmyndum kærleikans og virkar því eins. Sumir segja *þakklæti* vera sterkasta sköpunaraflið, en allt eru þetta þó náskyldar tilfinningar sem dásamlegt er að upplifa.

Hamingja er ákvörðun – eymdin líka!

„Eymd er valkostur" er góð áminning sem ég heyrði fyrst fyrir mörgum árum. Á þeim tíma þótti mér hún óþægilegt pot í mig. Það er svo auðvelt að falla í þá gryfju að kenna öðrum um leiðindi sín og erfiðleika, afsala sér ábyrgð á eigin líðan og fara í þann leik að bera meiri ábyrgð á öllum öðrum en sjálfum sér. Ef við viljum stjórna eigin lífi er betra að taka ábyrgð á því sem okkur ber, og láta aðra um sitt.

Jákvætt hugarfar er lykillinn að góðum degi. Það er vert að muna að það sem er að gerast á hverjum tíma er ekki höfuðatriðið, heldur hugsun okkar um það – *og hugsanir getum við valið!*

Ef hugsun veldur streitu eða ótta þá er ólíklegt að hún sé sannleikur.

The Work eftir Byron Katie er ein besta aðferð sem ég þekki til að fá nýtt sjónarhorn og öðlast hugarró. Aðferðin krefst einskis, nema vilja til að opna hugann sem gerist í hugleiðslu. Þú finnur streituhugsun/

hlutina. Enginn vafi er heldur á því að bros – meira en nokkuð annað – laðar góða vini inn í líf þitt.

Hver hugsun þín stillir orku þína inn á samskonar bylgjutíðni í alheiminum. Á þann hátt dregur þú að þér, líkt og segull, allt það sem þú einblínir á – gott jafnt sem slæmt.

Sjáðu fyrir þér „hugsanalager" þinn sem risastórt herbergi, með ógrynni af hillum frá gólfi og upp undir loft. Sumar hillurnar geyma jákvæðar og kraftmiklar hugsanir, aðrar geyma fúlar hugsanir, litaðar af ótta. Úr hvaða hillu vilt þú velja í dag?

Bros er segull á óskir þínar

Þegar við brosum og hlæjum erum við „í núinu", með athyglina á aðstæðum þá stundina.

Á sama tíma er ómögulegt að vera með neikvæðar hugsanir, því aðeins er hægt að vera í jákvæðri eða neikvæðri orku hverju sinni. Jákvæð orka er traust byggingarefni fyrir drauma okkar á meðan neikvæð orka rífur þá niður.

Tilfinningar eru tungumál sálarinnar. Þær eru tækið sem allir ættu að huga vel að ef þeir vilja laða að sér það besta. Tilfinningar virka eins og kröftugur segull sem dregur til sín allt það sem magnar upp sömu tilfinningu. Einlægu brosi fylgir alltaf góð tilfinning, en jafnvel þó að maður þurfi að kreista brosið fram þá skapar það góða tilfinningu. Þú gætir prófað þetta – í tíu sekúndur – núna ☺.

Á undan hverri tilfinningu kemur hugsun; dómur um hvað sé að gerast og til hvers það muni leiða. Þetta gerist á ógnarhraða, brotabroti úr sekúndu. Ályktanir okkar eru því miður oft illa á rökum reistar og mætti ígrunda þær betur. Ef við ættum von á vini sem mætti ekki gætum við t.d. ályktað sem svo að hann vildi lítið með okkur hafa. Við gætum á augabragði orðið svekkt og fundið til reiði, höfnunar og einmanaleika. Þessar neikvæðu tilfinningar draga að okkur enn meiri vanlíðan og dagurinn gæti endað ömurlega. Góðu fréttirnar eru þær að við getum kosið að „endurhugsa" hlutina, jafnvel brosað og sagt við okkur sjálf „greyið, alltaf jafn gleyminn", og okkur liði strax betur. Óvitlaust væri líka að hringja í vininn og kanna málið áður en við fellum dóm okkar. *Þannig skiptir það ekki höfuðmáli hvað er að gerast – heldur viðhorf okkar til þess.* Sjónarmiðið stýrir því hvernig við upplifum

> Hamingjan er ilmvatn;
> þú skvettir því ekki á aðra án þess
> að fá á þig nokkra dropa.
> – Ralph Waldo Emerson

færir mér allt sem þarf til þess að hún standist. Auðugustu menn sögunnar áttuðu sig margir á þessu og sagan segir að John D. Rockefeller hafi gefið skilding öllum þeim sem hann mætti, vitandi það að hann fengi hann margfaldan til baka. Peningar eru nefnilega hreyfiafl sem er engum til gagns ef flæði þess er hindrað.

Þótt ég hafi í raun, öllum stundum, allt það sem ég þarf kemur það fyrir að ég er vanþakklát og finnst ég hafa úr minna að moða en ég vildi. Þá dett ég í græðgina, vorkenni sjálfri mér og gleymi öllu þakklæti. Þetta er slæmur ef ekki hreint ömurlegur staður að dvelja á ☹. Til að komast upp úr slíku volæði þarf ég að minna mig á að *það sem ég hef nú þegar nægir mér alveg til að brosa.* Og sú gleðitilfinning sem fylgir því brosi framkallar orku sem færir mér síðan enn meira af hinu góða.

> Besta leiðin til að kæta sjálfan sig er að reyna að kæta aðra.
> – Mark Twain

Ég er svo heppin að fá að sannprófa þetta reglulega. Eitt sinn var ég á rölti í bænum og mætti illa útlítandi manni sem bað mig vinsamlega um að gefa sér aura fyrir bensíni á bílinn sinn, en bílinn sagðist hann nota til að keyra sjúkan föður sinn á spítala. Þótt verið gæti að maðurinn ætti föður þá stórefaðist ég um að hann ætti bíl, en þó vildi ég gjarnan gefa honum pening. Er ég kvaddi hann, eftir að hafa gefið honum dágóða upphæð, brosti ég með sjálfri mér og þakkaði almættinu fyrir að vera svo efnuð að geta gefið af auði mínum. Upp úr því brosi kviknaði sú hugmynd að biðja um tífalda þá upphæð til baka frá allsnægtum heimsins. Og viti menn, daginn eftir var hringt í mig og mér boðin eins dags vinna – fyrir tífalda þessa upphæð.

GEFÐU MEÐ GLEÐI

"*Sælla er að gefa en þiggja,*" er frasi sem fengur er í. Brosið sem þú sendir frá þér skilar sér alltaf til baka – um síðir.

Öll eigum við langanir og þrár og skjótasta leiðin til að öðlast það sem við viljum er að gefa það einhverjum öðrum, með gleði og af heilum hug. Þetta á við um allt, andlegt sem veraldlegt.

"*Ég er eitt með öllu,*" þ.e. hluti af almættinu og því tel ég ómögulegt fyrir mig að gera náunga mínum eitthvað, gott eða slæmt, án þess að uppskera slíkt hið sama. Ef ég brýt á mér litlu tána þjáist ég öll, því að táin, þótt lítil sé, er samtengd öllum líkamanum. Jafnvel hamingja óvinar þíns eykur hamingju þína ef vel er að gáð. Hamingjusamur einstaklingur er ólíklegri til að valda skaða en sá sem vansæll er. Meistari Jesús var vitur maður og eitt af bestu heilræðum hans var að *gjöra öðrum það sem þú vilt að aðrir gjöri þér*. Þetta er akkúrat málið. Ef þú vilt öðlast ást og virðingu annarra, veittu þeim þá slíkt hið sama – af örlæti, með hrósi og velþóknun. Þér mun strax finnast þú verðug/ur og skipta máli fyrir aðra. Og það sem meira er, aðrir munu meta þig mikils og ekki vilja án þín vera.

Í hvert sinn sem ég gef pening af örlæti upplifi ég mig eiga meira en nóg. Ég sendi þá staðhæfingu út í alheiminn: "Ég er rík", og almættið hlýðir og

Það eina sem þú hefur full umráð yfir er hugsanir þínar. Enginn getur tekið sér vald yfir þeim – nema þú gefir það eftir. Þetta eru frábærar fréttir, því að hugsanir eru án takmarkana, með óþrjótandi möguleika. Enginn draumur er of stór fyrir veruleika þinn, sem þú sjálf(ur) ert arkitektinn að.

Tæki og tól sköpunar

Hugsun, orð og athöfn eru tæki sköpunar.

Hver hugsun hefur ákveðna bylgjutíðni og samstillir sig við náskyldar bylgjur úti í hinum óendanlega alheimi. Á þennan hátt löðum við að okkur allt það sem við veitum mesta athygli. Þetta er ekki ólíkt því þegar við stillum útvarpstæki til að finna ákveðna útvarpsstöð.

„Og orðið varð hold og dvaldi á meðal vor," segir í Biblíunni. Ég skil þetta á þann hátt að margt af því sem ég *segi* verði að veruleika, þ.e. umbreytist í efni í umhverfi mínu. Ég segi þó aldrei neitt hugsunarlaust – þótt það virðist stundum þannig. Hugsun kemur og fer svo hratt (á nanóbroti úr sekúndu) að erfitt getur verið að taka eftir henni. Hið formlausa frumefni „alls sem er" tekur á sig þá mynd sem ég hef áður ímyndað mér, meðvitað eða ómeðvitað, sem er oftar raunin ☹.

Allt sem er til var upphaflega hugsun einhvers. Þetta liggur alveg ljóst fyrir er við horfum á viðurkennda hönnun, svo sem húsgögn, byggingar, fatnað og Smiler sem ég hugsaði svo sannarlega lengi með sjálfri mér. Smiler er að sjálfsögðu gripurinn sem ég hannaði til að vera hljóðfæri gleðinnar.

En hvað er *ekki* hannað? Eitthvað? Getur verið að það sé til? Sennilega eru tilviljanir ekki til og gott er að minna sig á að við höfum máttinn til að skapa nánast hvaðeina sem við viljum, líka atburði.

Ef þú hugsar vel
farnast þér vel.
– Gegga

Sá böggull fylgir þó skammrifi að við verðum um leið óþægilega ábyrg fyrir öllum þeim „óskapnaði" sem við vildum gjarnan vera laus við.

Ég leitaðist lengi við að hafa öryggið á oddinum í lífi mínu, t.a.m. á fjármálasviðinu. Það hentaði mér því vel að starfa í heilbrigðiskerfinu. Þar var ég í áratugi og fékk útborguð laun um hver mánaðamót. En ég er einnig menntuð myndlistarkona og alla tíð frá því að ég útskrifaðist frá Listaháskóla Íslands árið 2001 hef ég átt mér þann draum að starfa óskipt að list minni.

> Við höfum öll tvo valkosti:
> Við getum lifað af
> eða skapað okkur líf.
> – Jim Rohn

Eftir kreppuskellinn á Íslandi árið 2008 safnaði ég kjarki og sagði upp starfi mínu. Margir undruðust tímasetninguna, en ég lét hjartað ráða för – án frekari tafar. Ég ákvað að gefa listinni allan minn tíma og treysta á orð Biblíunnar: „Drottinn er minn hirðir, mig mun ekkert bresta." Líf mitt hefur verið skemmtilegt flesta daga síðan og lífsþægindi mín haldist óbreytt.

Ég kýs að fórna ekki draumum mínum fyrir „öryggi" sem er fallvalt hvort sem er. Frekar vil ég máta drauma mína og finna hvernig mér líður í þeim. Ef þeir passa mér illa get ég alltaf afklæðst þeim – vona ég ☺.
Sannlega segi ég þér: *Trúðu á þann draum sem fyllir þig eldmóði ... og fylgdu honum.* Lífið er mun líflegra þegar þú sleppir öryggislínunni og klífur ný fjöll.

Talandi um öryggi, þá fyllist ég því er ég les rannsóknir sem sýna að fólk sem vinnur í „draumadjobbinu" sínu er heilsuhraustara og lifir lengur en aðrir.

René Descartes var franskur heimspekingur sem var uppi á 17. öld. Hann hefur verið kallaður faðir nútímaheimspeki og nútímastærðfræði. Hann var mikill efahyggjumaður og efaðist um nánast allt. Það eina sem hann gat ekki efast um var hans eigin tilvist – úr því að hann efaðist. Þekkt saga lýsir þessu vel:

> Descartes mælti eitt sinn þessi frægu orð: „Ég hugsa og þess vegna er ég." Eitt sinn sat hann á kaffihúsi og pantaði sér kaffi. Þjónninn spyr: „Má bjóða þér mjólk í kaffið?" Descartes var ekki viss, hikaði en svaraði síðan; „ég hugsa ekki" – og við það gufaði hann upp ☺.

Ég sjálf get „horfið" við það eitt að hugsa of mikið ... í einu. Það er truflandi, og gefur til kynna að ég sé ekki „hér" – ég sé úti á þekju. Dóttir mín kvartar mikið undan þessu, segir mig hugsunarlausa, og heimtar mig til baka þegar ég skrepp í þannig ferðalög.

Mátaðu drauma þína

Þessi bók sem þú ert nú að lesa var einn af mínum stóru draumum sem ég gaf líf. Ég geri mikið af því að láta mig dreyma – dagdreyma um skemmtilega og spennandi hluti, en læt þó ekki þar við sitja. Draumar verða aðeins að veruleika ef þú vinnur að þeim.

Oftast ert *þú* þinn eigin „stoppari" og hleypir ekki draumi á skeið af ótta við eitthvað ímyndað – eitthvað hræðilegt, sem mögulega gæti gerst.

> Ef þér líkar ekki að vera þar sem þú ert, færðu þig.
> Þú ert ekki tré.
>
> – *Jim Rohn*

> Orð þitt
> er hreinn galdur
> og misnotir þú orð þitt
> er það svartigaldur.
> – Don Miguel Ruiz

VERTU tilfinningin

Í hebresku er sama orðið notað fyrir „Ég er" og „Guð".

Tilfinningar eru tungumál sálarinnar og fljótlegasta leiðin til að láta drauma þína rætast er að fara inn á við og vera tilfinningin sem þú leitar eftir. Á þann hátt dregur þú að þér allt það sem þarf til að upplifa hana enn frekar. Því miður er sá misskilningur algengur, að til að upplifa ákveðna tilfinningu þurfum við fyrst að hafa séð drauma okkar rætast. En okkur skortir í raun og veru ekkert ef við upplifum *réttu* tilfinninguna, því það er fyrst og síðast *tilfinning* sem við sækjumst eftir, ekki hlutir eða aðstæður, enda dugir slíkt skammt.

Þegar ég vil lúkka sérlega flott finnst mér freistandi að fjárfesta í flottum jakka – og jafnvel skóm líka. Ég fyllist gleði og sjálfsöryggi, nú muni ég líta vel út í partíinu! Ef ég upplifi ekki þannig tilfinningar fer jakkinn fyrir lítið, og skórnir sömuleiðis ☹.

Þú ert fyrst og fremst mannvera. ÞÚ ERT – og þarft því ekki að *gera* eitthvað ákveðið til að upplifa góða tilfinningu, eins og gleði. Þú getur einfaldlega ákveðið að *vera* glöð eða glaður, jafnvel kallað fram góða minningu sem hjálpar þér til þess, og sparað þér þannig bæði umstang og aura.

> Hamingjan felst í
> að gleðjast, ekki eignast.
> – Michel de Montaigne

**Upphaf sköpunar er alltaf HUGSUN –
hún skapar TILFINNINGU –
sem skapar síðan RAUNVERULEIKA þinn.**

VERÐI ÞINN VILJI

Guð skapaði manninn í sinni mynd, eða svo segir a.m.k. í Biblíunni. Flest, ef ekki öll, trúarbrögð eru sammála um að Guð sé *skapari* og því hlýtur sú staðhæfing að eiga við um okkur líka. Ef við erum eftirmynd Guðs þá hljótum við einnig að vera skaparar – með mikinn mátt.

Í Nýja Testamentinu skrifar Jóhannes um sköpun heimsins: „Í upphafi var Orðið, og Orðið var hjá Guði, og Orðið var Guð."

Í bók sinni *Lífsreglurnar fjórar* skrifar don Miguel Ruiz að „orðið" sé magnaðasta verkfæri sem við höfum yfir að ráða, en um leið görótt tæki. Hann segir „orðið" vera gjöf frá æðri mætti og að í því sé sköpunarkraftur okkar fólginn. Við skyldum gæta þess að flekka aldrei orð okkar, því þá beinist það gegn okkur sjálfum. Þegar við tölum illa um annað fólk endurvarpast það um síðir til okkar eins og búmerang og við uppskerum vanlíðan, sektarkennd og jafnvel hatur annarra. Ég þarf stundum að minna mig á þessa speki og setja rennilás á munninn þegar ég verð örg út í mann og annan.

Hvert og eitt okkar hefur sköpunarkraft sem við getum ráðstafað að vild með okkar frjálsa vilja. Því er í raun ekki til neinn „óskapnaður" í lífi þínu, þó svo geti virst. Allt hefur verið skapað af þér með þeim aðferðum sem lýst er í þessari bók. Það ber þó ekki að skilja þannig að við ein og sér berum fulla ábyrgð á öllu því sem miður fer. Hópvitundin er öflug og „samskapnaður" oft flókinn og ómeðvitaður.

þykktur af Guði – hann elski mig skilyrðislaust – án allra kvaða. Hún gæti samt sem áður, líkt og góð móðir, viljað benda mér á hvað gagnast mér best til að njóta lífsins, og þá er það mitt að hlusta – með innsæinu.

Guð er eðli sínu samkvæmt „heilagur meistari" og öll sköpun hans því mikið meistaraverk, sem gerir mig og þig fullkomin, við erum jú „komin til fulls" á hverjum tíma. Þetta er stór sannleikur fyrir marga að meðtaka og auðvelt að gleyma í amstri hversdagsins. En þegar við náum að trúa þessu, sjá guðdómleikann í okkur sjálfum og öllum hinum, er fátt sem getur stoppað gleðina sem brýst út ☺.

Trúðu á tvennt í heimi,
tign er hæsta ber.
Guð í alheimsgeimi,
Guð í sjálfum þér.

Steingrímur Thorsteinsson

Í stuði með Guði

ALLT SEM ER – bæði sýnilegt og ósýnilegt – er orka. Það hafa vísindin ótvírætt sannað. Lífið er orka, stöðugt á hreyfingu, ósýnileg bylgja sem augun ná sjaldan að nema. Hún fer hratt yfir og ekkert fær stöðvað hana nema andstæð orka. Það er því vonlítið að ætla sér að lækna neikvæða orku, eins og reiði, með því að öskra – brosið virkar betur. Ef þú vilt sigra óvin þinn, notaðu þá öflugasta vopnið – kærleikann. *Vertu í stuði með Guði* – og brostu af öllum mætti ☺.

Hugsanir, orð og hegðun eru að sama skapi orka sem við getum skynjað, og það án þess að hafa viðurkennda miðilshæfileika. Hver kannast ekki við þá tilfinningu að koma inn í herbergi og „finna fyrir" rifrildinu sem var í gangi, nú eða þá daðrinu, sem er ólíkt skemmtilegra. Okkur er hreinlega *stungið í samband* við orkuna í umhverfinu, en hún færir okkur skilaboð sem

Ég lít á augu Guðs líkt og gleraugu. Þau skýra myndina og sýna mér sannleikann. Og þegar ég (guðmóðirin sjálf) set þau upp brosi ég eyrnanna á milli ☺.

Okkur er fyllilega frjálst að velja okkar eigin hugmynd um almættið og nefna það því nafni sem okkur líður vel með.

Hér koma nokkrar uppástungur: Frelsari, Knúsari, Blessari, Hjálpari, Leiðari, Skapari, Brosari, Smiler, Gjafari, Guð, Gyðja, Sáli, Viska, Vera, Máttvera, Nærvera, Lífvera, Tilvera, Ljósvera.

Hvað með andans nöfn eins og: Andi, Skapandi, Frelsandi, Verandi, Leiðandi, Elskandi, Ríkjandi, Vitandi, Geislandi, Gleðjandi, Gefandi, Styðjandi, Hugsandi, Heillandi, Heilandi, svo að nokkur misgóð dæmi séu tekin ☺.

Ástæðan fyrir því að ég kalla Guð „Guð" er sú, að nafnið er þjált í munni, er fallegt og fljótskrifað, og mér var kennt það áður en ég gat talað.

„Guð vill ekkert," skrifar N.D. Walsch í stórmerkilegri bók sinni *What God Wants*. Í þessari óvenjulegu yfirlýsingu felst dásamlegt samþykki og frelsi. Ég sem hafði svo oft reynt að þóknast Guði og upplifað mér mistakast það herfilega. Ég fór t.a.m. með Faðirvorið upphátt á hnjánum sem krakki, þegar ég vildi koma mér í mjúkinn, en uppskar nákvæmlega ekkert, að því er mér fannst ☹. Í dag krýp ég að vísu þegar mikið liggur við, það virkar einfaldlega betur fyrir mig til að ná hugarró og einbeitingu.

Gefðu því möguleika að Guð sé hreinn kærleikur sem hvorki þarfnist né krefjist neins, vegna þess augljósa að *hann er eitt með öllu og hefur því allt nú þegar.* Þannig Guð trúi ég á í dag og hefði betur gert fyrr um ævina. Ég er hluti af honum, við erum vinir og jafningjar – með öllu öðru.

Guð gaf okkur frjálsan vilja, frelsi til að skapa hvaðeina sem við viljum (þ. á. m. hugmynd okkar um hann/hana/það). Það væru því hrein og klár svik að senda okkur til „helvítis" ef við veldum ekki það sem hann vildi að við veldum! Guð er hlutlaus – dæmir aldrei og er ljúfur og *kær andi* ... í öllum málum. Ég trúi því að minn vilji (þó að misvitur geti verið ☺) sé ætíð sam-

Sum trúarbrögð eru jafnvel andvíg því að halda afmæli hátíðleg, vilja meina að skrattanum sé skemmt með slíkum uppákomum. Hvernig hægt er að tengja slíkar gleðistundir illa innrættum púkum er rannsóknarefni út af fyrir sig. Fjöldi trúarbragða kennir okkur einnig að peningar séu undirrót alls ills ... Ekki skrýtið að ég fengi þunnt launaumslag í starfi mínu sem ljósmóðir – göfugt starf krefst ekki ljótra peninga.

> „People, you are all mothers of God...
> because God always needs to be born."

Þetta var málið!

Þessa merku yfirlýsingu (sem erfitt er að þýða á íslensku svo vel fari) heyrði ég prest nokkurn í Boston gefa í jólapredikun fyrir mörgum árum. Betri túlkun á jólasögunni hef ég ekki heyrt. Ég féll í stafi, var vön að heyra að ég kæmist aldrei með tærnar þar sem Jesús – minn besti bróðir – hefði hælana! Þetta var bæði nýstárleg og áhugaverð sýn á almættið. Hugsa sér! Við erum öll *mömmur* Guðs – líka karlarnir! Það er mun meira töff að vera foreldri og axla ábyrgð en að vera krakki sem leyfist að vera óþekkur.

Fyrst Guð skapar okkur í sinni mynd hljótum við að vera heilög – ekki syndug. Mynd hans er *kærleikur, gleði og frelsi* og í eðli sínu er okkar mynd það líka. Mér líður vel þegar ég upplifi þessar tilfinningar, því þá er ég „með sjálfri mér" – sönn og finn til fullkomleika. Hitt er svo annað að hugsanir okkar geta auðveldlega blekkt okkur, talið okkur trú um að við séum aðskilin frá Guði. Þá er hætt við að við finnum fyrir höfnun og ótta, sem er „hugmynd" okkar – ekki Guðs.

> Hamingjan er engin tilviljun,
> eða eitthvað sem þú óskar þér.
> Hamingja er nokkuð sem þú hannar.
> – Jim Rohn

Ef við trúum því að Guð sé yfir okkur hafinn, eins konar valdhafi sem krefst ákveðinnar hegðunar, er hætt við að lífið verði okkur erfitt. Það er á fárra manna færi, ef ekki hreint ógerlegt, að fylgja eftir boðum og bönnum sem eru mörg og flókin og breytast stöðugt með nýju fólki á nýjum tímum. Það er með ólíkindum hvað ég (og ég er ekki ein um það) hef stjórnast af sektarkennd og skömm í gegnum tíðina og hversu erfitt það getur verið að sleppa þannig sjálfspyndingum. En til þess að losna undan þeim varð ég að búa mér til nýja mynd af Guði – aðra en þá sem ég lærði sem barn. Af hverju var mér og öðrum krökkum kennt að Guð byggi á himnum – langt í fjarskanum? Hvar er þessi himinn eiginlega? Ef til eru lífverur á öðrum hnöttum, erum við þá ekki á himnum – frá þeim séð?

> Tilvera þín er sönnun
> fyrir tilvist Guðs.
> – N.D. Walch

Þótt flestu viti bornu fólki sé kunnugt um að kynlíf sé okkur eðlislægt, þá leggja sum trúarbrögð blátt bann við því utan hjónabands. Ef þú fylgir slíkri trú og ert ekki svo ljónheppin(n) að vera í slíku bandi, þá ertu í vondum málum með kynhvöt þína ☹. Jafnvel þó að vilji sé fyrir hendi til að hlýða þessu einkennilega banni falla margir í freistni og brjóta það og kveljast svo af sektarkennd á meðan þeir njóta þeirrar fegurstu gjafar sem skaparinn gaf okkur. Svo falleg og fullkomin er hún að við fjölföldum okkur sjálf á meðan við njótum. Ég þakka Guði mínum fyrir að trú mín hefur ekki verið þessi – 52 ára og enn ógift!

Ef okkur væri kennt að kynlíf sé fallegt og ekkert til að skammast sín fyrir, það sé undursamleg tjáning í að gefa og þiggja – dytti ef til vill „Fuck you"(ríddu þér) út sem blótsyrði ... og kannski myndi kynferðisleg misnotkun heyra sögunni til. Ef fólk trúir því að kynlíf sé ljótt leitast það frekar við að nota það til ljótra athafna!

ER GUÐ MERKILEGRI EN ÞÚ?

Hvað er Guð eiginlega? – „Allt sem er" – eða ósnertanleg vera á himnum sem horfir niður til okkar kjánanna, sem þykja má vænt um, en þarf þó að tukta til af illri nauðsyn? Sumir segja að við getum jafnvel lent í stóra skammarkróknum – helvíti – um alla eilífð, ef við hegðum okkur ekki rétt – hvað sem **rétt** *nú þýðir.*

Hver skapar Guð ... og okkur hin?

Mér finnst mikilvægt að við gerum okkur grein fyrir trú okkar, skoðum hana vel, hver sem hún er. Trúin stýrir hugsunum okkar, gjörðum og líðan.

Ég trúi ekki öðru en að ég fái sekt ef ég keyri á 120 km hraða og þess vegna sleppi ég því. Það er viturlegt að velja sér trú sem gefur manni gagnleg gildi og vellíðan.

Margir valmöguleikar eru um guðsímyndina og trúarbrögðin, sem eru fjölmörg og hafa hver um sig útskýrt „réttan" Guð fyrir sínum söfnuði – og vei hverjum þeim sem veðjar á „rangan" Guð.

Ef Guð er „ALLT SEM ER", þýðir það að ekkert er til sem ekki er Guð.

Ég og þú erum samkvæmt því óaðskiljanlegir hlutar af skaparanum mikla. Við erum þannig séð „eitt með öllu" og ekkert getur aðskilið okkur hvert frá öðru ... þó það virðist vera svo í þessu lífi.

menningarfulltrúi. Verkefni hennar í þessari ferð tengdist leirlist, nema hvað! Japanskur viðskiptafélagi hennar mætti á völlinn til að sækja hana. Hann bauð mér far inn í borgina (klukkutíma akstur), og hádegisverð! Síðan keyrði hann mig á lestarstöðina þar sem ég tók lest til Kyoto. Þegar ég lenti þar var ég orðin ansi lúin og hlakkaði mikið til að komast í hótelrúmið mitt, en planið var að gista í borginni eina nótt áður en ég héldi ferðinni áfram. Ég settist upp í leigubíl og rétti bílstjóranum krumpaðan miða með nafni hótelsins. Hann skildi ekkert í ensku og á líkamstjáningu hans mátti skilja að hann hefði ekki hugmynd um hvort þetta hótel ætti sér einhverja tilvist eður ei. Á endanum stóð ég aftur ráðvillt og týnd á götunni. Loks hnippti ég í unga stúlku. Hún talaði heldur enga ensku en tók mér vel, var jákvæð og hóf að hringja úr síma sínum í vini og vandamenn. Ég skildi ekki stakt orð en huggaði mig við brosmilt augnaráð hennar.

Loksins, þegar ég var við það að hníga niður við fætur hennar, leiddi hún mig að leigubíl, settist sjálf í framsætið og lóðsaði bílstjórann eftir götum bæjarins – að hótelinu mínu! Þar sté hún út og skildi ekki við mig fyrr en ég var búin að opna dyrnar að herbergi mínu, á fjórðu hæð. Ekki vildi hún þiggja aura fyrir alla hjálpina – BROSTI bara í auðmýkt og kvaddi kurteislega. Þvílíkur smiler!

Ég á dásamlega dóttur, sem var eitt sinn unglingur eins og við flest. Um nokkurra ára skeið var hún mjög óhamingjusöm og ósátt við sjálfa sig og lífið eins og það var. Mér var því mikið í mun að hún fengi trú á einhverslags almætti sem hún gæti leitað til eftir stuðningi.

Eitt sinn, þegar ég var úti í bæ, hringir hún og biður mig um að koma heim – strax! Hún stóð lyklalaus fyrir framan útidyrnar sem voru læstar. Ég var að sinna öðru, en brosti gegnum símann og sagði: „Farðu með bæn, músin mín, og biddu Guð um að redda þessu. Ég er viss um að hann hleypir þér inn. Hann finnur ráð við þessu eins og öðru." Þetta sagði ég í fúlustu alvöru, án gríns. Hún brást reið við og skellti símanum á mig! „Úps!" Þarna var ég nú kannski heldur of hvatvís (og ekki í fyrsta sinn). Mínútu síðar hringir hún aftur og er heldur auðmýkri í málrómnum, en líka hissa. Hún hafði prófað ráð mitt og beðið „þennan Guð sem þú malar stöðugt um" um hjálp. Síðan „datt henni í hug" að kíkja undir styttu sem var á dyrapallinum – og fann þar lykil! Ég var alveg gáttuð! Hver í ósköpunum hafði sett lykil þar??? Enginn – mér vitanlega. Ég var þó afskaplega þakklát fyrir að hafa ekki klúðrað öllu með predikun minni og þakkaði Guði fyrir að redda mér eina ferðina enn.

Ég hef einnig góða reynslu af guðlegri leiðsögn á ferðalögum. Fyrir nokkrum árum dvaldi ég í tvo mánuði í Japan, á alþjóðlegri leirlistamiðstöð í bænum Shigaraki. Að ferðast ein á báti frá Íslandi til smábæjar í Japan olli mér dálitlum kvíða – vægast sagt. Ég þurfti að taka tvö flug, nokkrar lestir, og rútu. Í flugvélinni bað ég Guð (skipaði honum reyndar) heitt og innilega að vera fararstjóri minn og ferðafélagi – frá A til Ö.

Eftir lendingu í Tokyo, er ég stóð í laaaangri röð við vegabréfaskoðun, „lenti" ég á spjalli við norska konu sem starfaði sem

> Bros er vegabréf sem kemur þér hvert sem þú vilt.
> – Ók. höf.

vín, sorg í gleði og ótta í ást. Smiler veit, líkt og þeir, að saman getum við breytt jörðinni í Paradís ef við viljum og nennum.

Talandi um að lækna sjúka eins og Jesús gerði, þá getur smiler það...

> Þegar við hugum að velferð annarra, stækkar hugur okkar sjálfkrafa.
> – Dalai Lama

kannski ekki eins hratt, en alveg eins vel. Dæmi þess má sjá í bíómyndinni *Patch Adams*, sem er sannsöguleg og fjallar um lækni sem notar bros, hlátur, kærleik og umhyggju í meðferð á skjólstæðingum sínum. Þessi aðferð er oft vanmetin, en hún er mun skemmtilegri og ódýrari en venjubundnar læknismeðferðir, sem sjálfsagt er þó að nota samhliða. Ég var svo ljónheppin að hitta Patch og taka þátt í vinnustofu með honum. Hann er stórmerkilegur maður og sá stærsti smiler sem ég hef fyrir hitt. Hann klæðist eins og trúður alla daga (hvert sem hann fer) í þeim tilgangi að vekja fólk upp og mynda tengsl á góðu nótunum. Hann skrifar aldrei upp á geðdeyfðarlyf – segir t.a.m. að þunglyndi sé ekki til sem sjúkdómur – einungis sem einkenni á einmanaleika. Þessi merki læknir hefur aldrei tekið eyri fyrir læknisþjónustu sína – gerir allt fyrir ánægjuna.

Eitt er víst að þegar ég er „smiler" er ég að nota guðdómleikann sem í mér býr. Ég hef þó, eins og áður er sagt, ekki alltaf haft trú á að Guð geti gagnast mér – sé í mínu liði. Mig langaði samt virkilega að geta treyst honum og ákvað því að reyna á þolmörk hans, hversu langt hann gengi í að sanna fyrir mér tilvist sína og skilyrðislausa ást, sem var jú sögð vera eitt af aðalsmerkjum hans. Sumum getur þótt þetta barnalegt, en mér var það nauðsyn. Til dæmis bað ég hann ítrekað að finna fyrir mig týnda hluti, sem hann og gerði, enda auðmjúkur grínisti. Þegar ég hafði á þennan hátt byggt upp traust gat ég treyst honum fyrir stærri og mikilvægari verkefnum.

ef ég landaði ekki draumnum mínum, þótt tími og kostnaður við útgerð hans færi heldur betur fram úr áætlun. Gripurinn hjálpaði einnig sjálfur til minnti mig á að *ég er minn eiginn skapari*. Ég „varð" líka að vera trú boðskapnum sem ég var að breiða út og gat ómögulega verið sú bleyða að gefast upp. Ég ákvað því að „feika það – og þannig – meika það". Í hvert sinn sem ég örvænti greip ég um greyið og þvingaði fram jákvæða hugsun, stundum tókst mér jafnvel að kreista fram nokkuð eðlilegt bros. Ef ekkert gerðist tróð ég gripnum bókstaflega á milli munnvikanna ... og viti menn ... án undantekningar gerðust kraftaverk og bestu lausnirnar sýndu sig.

> **Bros er öflugt vopn,**
> **þú getur auðveldlega brotið ís með því**
> – Ók. höf.

Eftir níu mánaða meðgöngu og strembnar fæðingarhríðir fæddist loks „*frelsari*" minn, fullmótaður og brosti uppörvandi til ljósmóður sinnar. Hann hlaut því heitið Smiler.

Í upphafi hét Smiler „Brosari", en þar sem hann er vinur alls mannkyns tók hann sér alþjóðlegt gælunafn.

Vertu smiler

Það átta sig ekki allir á því að djúpt í hjarta þeirra býr smiler.
Þegar við brosum breytist orka okkar og við heilum okkur sjálf og umhverfi okkar. Sannur Smiler er vinur allra, sér ætíð það besta í fólki og vill láta gott af sér leiða. Hann elskar gleði og skorar leiðindi á hólm.

Þótt starf smilers geti verið strembið er hann sáttur við hlutverk sitt og lítur á sig sem jafningja annarra meistara. Meistara sem vildu breyta heiminum, líkt og Jesús og Búdda gerðu, manna sem breyttu vatni í

í upphafi efnahagskreppunnar miklu. Það var líkt og ég hefði leyst stærðfræðiþraut – púslið small saman. Ég var sannfærð um gildi þessara orða og þau límdust í huga minn. Það gæti þó orðið þrautin þyngri að temja sér slíka hugsun og hegðun. Ég ákvað samt að gera mitt besta og sneri heim til Íslands með þessa visku í farteskinu.

Fjárhagslegt hrun hafði orðið í þjóðfélaginu og umhverfið var því ekki beint líflegt. Reiði og vonleysi voru ríkjandi og fólk var illa áttað vegna gjörbreyttra aðstæðna. Að gefast ekki upp þótt á móti blási er góður eiginleiki sem þjóð mín hefur ræktað með sér, eiginleiki sem hefur hjálpað henni gegnum mörg strembin tímabil. Vissulega er hægt að komast langt á þrautseigjunni einni saman, en þó miklu lengra ef fleira kemur til.

Allt er þá þrennt er sannast vel í góðri formúlu sem ég hef gefið mér. Formúlu sem gengur upp eins og úthugsuð stærðfræðiþraut:

Einbeitni + jákvæðni + seigla = SIGUR!

Ég fann mig knúna til að opna skúffuna með hjálpartækinu góða frá skólaárunum. Það skyldi sá brosfræjum í eyðilegt landslagið, mér og löndum mínum til heilla. Gripurinn góði skyldi hafa tvíþættan tilgang. Fyrst og fremst sem hljóðfæri gleðinnar – minna á að við sköpum okkar eigið líf með viðhorfum okkar og innri krafti. Við getum ávallt valið að leika okkar besta leik í öllum aðstæðum. Ég vildi einnig útfæra gripinn sem fallegt hálsmen fyrir dömur og herra á öllum aldri.

Ósjaldan komu upp vandamál á þróunarferli gripsins. Það var líkt og hindranir af öllum stærðum og gerðum kepptust um athygli mína og ég hugleiddi oft og tíðum að gefast upp. En áfram hélt ég í vissu þess að allt hefur sinn æðri tilgang. Ég kynntist m.a. góðu og skemmtilegu fólki í þessu ferli og lærði mun meira í þrautseigju og þolinmæði en á heilum tólf árum í starfi mínu sem ljósmóðir. Að hanna þennan grip var ástríða mín og ég hafði tröllatrú á að hann gæti betrumbætt heiminn. Það væri því synd

> Það er nánast ómögulegt að brosa hið ytra
> án þess að líða betur hið innra.
> – Ók. höf.

að því sem gefnu að þeir sem sæju gripinn í notkun kæmust ekki hjá því að brosa með. Ég sá fyrir mér hvernig honum væri stungið upp í fýlupúka, sem óviðbúnir myndu þá rifna úr hlátri. Ég sá fyrir mér pínleg slys, þegar fólk hreinlega pissaði í sig af hlátri. Ekkert lyf né nokkur hugleiðsla nær að framkalla eins mikla slökun í líkamanum og skellihlátur, vöðvar hreinlega lamast og óheppilegt getur verið að vera innan um aðra er það gerist. Væri það ekki dásamlegt ef gripurinn minn gæti valdið þannig óhöppum? Þannig slysum mátti hjálpartækið mitt gjarnan valda.

Þessa hugmynd dreymdi mig um að fullvinna og breiða út um víðan völl... en draumurinn góði lenti ofan í skúffu og svaf þar í átta löng ár.

Hugmynd framkvæmd

Hvert og eitt okkar skiptir miklu máli í heimi hér og öll getum við haft mikil og góð áhrif á líf annars fólks. Við erum misjöfn að gerð, en lík að gæðum og höfum ólíka hæfileika, og það gerir okkur skemmtilega fjölbreytileg. Öll eigum við það þó sameiginlegt að vera *skaparar* – hvert á sínu sviði.

Í hvert sinn sem þú færð hugmynd sem tendrar neista í hjarta þínu ættir þú að fylgja henni eftir. Hún gæti skipt sköpum fyrir þig og heiminn. Þegar þú skapar með gleði nærir þú sál þína og verður því ögn guðdómlegri fyrir vikið ☺.

„Ef þú brosir fimm sinnum á dag ÁN TILEFNIS
getur þú breytt lífi þínu á níutíu dögum."

Þessa staðhæfingu, sem höfð er eftir búddamunkinum Thich Nhat Hanh, heyrði ég þegar ég var þátttakandi á fyrrnefndu námskeiði í Bretlandi 2008,

SMILER ER HLJÓÐFÆRI GLEÐINNAR
Hugmynd kviknar

Um síðustu aldamót var ég við nám í Listaháskóla Íslands og dekraði við sköpunarkraftinn sem í mér bjó. Ég var þó ekki fyllilega sátt við tilveruna og átti það til að vorkenna sjálfri mér og finnast lífið jafnvel súrara en sítróna. Í ofanálag var ég með sektarkennd yfir því að vera ekki nógu glöð, ég átti jú allt: Hús, mann, börn, bíl og hund. Ég upplifði í raun draum ástarsagnanna, draum minn frá því að ég var stelpa – nema hvað ástinni gekk illa að blómstra og hjarta mitt var einmana.

Í skólanum fékk ég það verkefni að hanna nytjahluti sem hefðu óvenjulegan eða jafnvel engan hagnýtan tilgang. Þarna kviknaði hugmynd mín að „hljóðfæri gleðinnar". Af hverju að bíða eftir hamingjunni – bíða eftir að eitthvað gott gerðist svo ég gæti glaðst? Hvernig væri að snúa vörn í sókn og brosa að fýlunni?

Niðurstaðan var tillaga að grip sem líktist hundabeini í útliti. Ég vildi heiðra hunda vegna þeirrar dásamlegu náðargáfu þeirra að geta glaðst yfir agnarlitlu, og deila síðan af örlæti þeirri gleði með öðrum. Form gripsins var skeifulaga og hægt var að stinga honum á milli munnvikanna, glenna þau upp á við og framkalla þannig bros. Ganga mátti

eru líka sterkar líkur á að þú smitir aðra með gleði þinni og jákvæðni. Þannig skilur þú eftir dýrmæta gjöf hjá öllum þeim sem líf þitt snertir. Á sama hátt getur þú smitað óhamingju þinni yfir á aðra, eins og pestarveiru sem enginn kærir sig um. Slíkur smitberi gat ég verið á árum áður og sárast þykir mér að hugsa til barnanna minna sem gátu illa varið sig gegn fúllyndi mínu, sem gat brotist fram án nokkurra skýringa ☺.

Sagt er, að í okkur öllum búi guðdómlegur græðari, og víst er að sjúkur maður þarf í sama mæli á umhyggju að halda og læknismeðferð til að gróa meina sinna. Eitt lítið bros á erfiðum tímum gefur von og breytir miklu, glasið sem virtist áður hálftómt fyllist skyndilega svo út úr flæðir. Það er þó ekki alltaf auðvelt að gefa bros og oft eru það þeir sem erfiðast er að brosa til sem þurfa mest á brosi að halda. En hikaðu ekki – byrjaðu bara á speglinum – og horfðu á kraftaverk gerast.

> Flest bros kvikna út frá öðrum brosum,
> svo byrja þú.
> – Ók. höf.

VILTU BROSA
OG BREYTA HEIMINUM?

Ertu með á hreinu hvernig áhrif þú hefur á umhverfi þitt og annað fólk? Er það kristaltært fyrir þér alla daga? Enginn kemst hjá því að hafa áhrif á aðra og alltaf er einhver sem horfir á þig sem fyrirmynd, hvort sem þú vilt það eða ekki.

Gleði er sú tilfinning sem tengir okkur hvað sterkast saman – skapar samkennd, svo sterka að það nálgast hreina *fullnægju* (lesist sem fullnæging) að hlæja með þeim sem maður elskar ☺.

Skyldi hamingjan vera heppni – eitthvað sem hendir mann fyrir tilviljun? Eða er hún spurning um ákvörðun – viðhorf sem þú getur tileinkað þér? *Að hamingjan sé viðhorf er mun raunsærri og hagnýtari hugmynd sem gefur okkur vald yfir lífi okkar.* Það sýnir sig líka að ólíkt fólk upplifir mismikla hamingju í svipuðum aðstæðum.

Ég ákvað fyrir nokkrum árum að líta ekki á neitt sem tilviljun og það er ein gáfulegasta ákvörðun mín hingað til. Ég er skipstjórinn á mínu fleyi og ef ég ætla að hafa gaman í lífinu er betra að ég hagi mér eins og allt gangi mér í hag.

Hamingja þín skiptir annað fólk miklu máli, hún gerir þig hæfari til að hjálpa öðrum, gefa og geisla kærleik þínum út til alls umheimsins. Það

Nú loksins – komin á miðjan aldur – hef ég áttað mig á því að ég er minn eigin skapari, partur af Guði, og allt það góða og slæma í lífi mínu hef ég sjálf kallað fram – með mínum frjálsa vilja. Þessi uppgötvun var ánægjulegur léttir, en á sama tíma stór biti að kyngja.

Hvert og eitt okkar gegnir mikilvægu hlutverki hér á jörð. Við erum hlekkir í órjúfanlegri keðju – líkt og dropar í öldum hafsins við strendur Íslands og Afríku eru hlutar af sama fyrirbærinu. Fólki eins og mér hættir þó til að missa sig í andlega leti og nenna ekki að breyta eftir bestu vitund.

> Ef þú vilt spilla deginum hjá fýlupúka, brostu þá til hans.
> – Ók. höf.

Engin speki er ný undir sólinni en með skrifum mínum vil ég deila með þér hugrenningum mínum og sýn á lífið, tilveruna, og „Guð minn góða" sem er þó eldfimt umræðuefni ☺. Ég segi sannar sögur af sjálfri mér og vona að þú hafir gaman af. Það er einlæg ósk mín að lestur bókarinnar styrki vitund þína um máttinn sem í okkur býr og það hversu öflug við getum verið í að bæta líf okkar – ef við viljum og nennum.

GENGIÐ INN Í NÝTT LÍF

Þessi bók er skrifuð vegna óbilandi trúar minnar á að hægt sé að bæta heiminn með *brosi* ☺.

Þegar við brosum þá líður okkur vel og við smitum þeirri vellíðan til annarra. Jafnvel fýlupúkar kætast ef brosað er til þeirra, og tala ég þar af reynslu, þar sem ég gat sjálf verið endrum og sinnum fýlupúki af fúlustu gerð.

Í gegnum lífið velti ég oft fyrir mér tilgangi þess og spurði almættið stórra spurninga, en fannst lengi vera fátt um svör. Ég var ekki eins hamingjusöm og ég vildi vera og skildi illa af hverju líf mitt gekk ekki upp á þann hátt er ég kaus. Í dag skil ég betur ástæðuna; ég átti ansi erfitt með að elska sjálfa mig *skilyrðislaust*. Enginn hafði kennt mér það. Mér fannst ég sjaldan vera fullgild eins og ég var, ég var aldrei alveg „nóg" að því er mér fannst. Ég gerði ómeðvitað kröfur til annarra, kröfur um að aðrir „gerðu mig" hamingjusama. Að sama skapi tók ég ábyrgð á hamingju þeirra. Þetta var bæði erfitt og öfugsnúið í framkvæmd og því að mistakast þetta æ ofan í æ braut sjálfsmynd mína – í þúsund mola.

Þó að ég hafi alla tíð trúað að til væri „góður Guð" efaðist ég um að Guði þætti *ég* vera góð. Fyrir vikið treysti ég honum illa. Ég var nokkuð viss um að hann hefði takmarkaðan áhuga á mér og mínum málum.

Stuttu síðar átti ég símtal við góða konu, en hún starfar sem miðill og sér því mun lengra en nef hennar nær. Ég sagði henni frá þrá minni og því hvað ég ætti erfitt með að taka ákvörðun í þessu máli. Ég viðurkenni að ég var dálítið pirruð vegna sjálfsvorkunnar sem ég fann til. Það varð smá þögn en síðan sagði hún: „"„Jónatan" (en hann er ekki þessa heims) segir að þú munir selja þrjú málverk og það muni dekka kostnaðinn við ferðina. Hann sér til þess að svo verði af því að „ÞÚ ÁTT AÐ FARA ÞESSA FERÐ"." Ég svaraði hógvær: „Einmitt – getur hann ekki haft þau fjögur svo ég geti keypt mér eitthvað sniðugt í fríhöfninni?" Mér var sagt að þetta væri fúlasta alvara, ég ætti að fara. Ég lofaði að hlýða, enda ekki annað í boði þegar merkur miðill leggur á og mælir um!

„Jónatan" stóð við sitt og ég seldi þrjú málverk á næstu þremur dögum. Ég fór í ferðina. Á áfangastað er mér tjáð að ég eigi ekki að borga neitt – ég fái námskeiðið frítt! Þvílíkur höfðingskapur! (Ísland var í heimsfréttum þennan dag – 6. okt. 2008 – vegna efnahagshruns í landinu.) Ég hafði þó haft málverk í farteskinu, sem ég afhenti með þakklæti. Þau seldust síðar á uppboði fyrir nákvæmlega þá fjárhæð sem í byrjun hafði staðið til að ég greiddi.

> Allra sorglegustu orð í ræðu og riti eru,
> „Það hefði getað orðið."
> – John Greenleaf Whittier

Tveimur árum síðar sat áðurnefndur Neale við eldhúsborðið mitt og hvatti mig til að skrifa þessa bók sem þú ert nú að lesa 😊.

ÞESSI BÓK ER ENGIN TILVILJUN

Þegar draumur þinn er skýr og þú gerir þitt besta, þá vinnur lífið með þér. Fyrir mörgum árum hóf ég lestur bóka sem breyttu lífi mínu, nánast kollvörpuðu því – til góðs. Bækurnar, sem heita *Samræður við Guð*, las ég með áfergju, og á meðan hrópuðu sál mín og líkami hvað eftir annað: JESS! – JESS! – JESS! – og aftur JESS!

Eitt sinn sat ég á spjalli meðal vina og talið barst að því hvern við vildum helst hitta. Ég nefndi Neale Donald Walsch (höfund fyrrnefndra bóka). Þegar ég kom heim þennan dag kíkti ég í tölvuna og sá þar póst frá vinkonu. Hún benti mér á námskeið í Englandi sem gæti verið áhugavert, en sá sem stóð fyrir því var enginn annar en N.D. Walsch. Ég hafði ekki haft hugmynd um að maðurinn héldi námskeið!

Var þetta tilviljun ... eða? Ég fékk fiðring í magann. Vá! hvað mig langaði mikið að fara! En efnahagur minn á þessum tíma leyfði það varla. Ég hafði eytt drjúgum skildingi í að halda málverkasýningu og hafði ekki selt eina einustu mynd.

Ég vildi þó ekki gefast upp og skoðaði alla möguleika fram og til baka, m.a. þann að taka með mér málverk sem boðin væru upp á staðnum, andvirði þeirra rynni upp í hluta af námskeiðsgjaldinu.

Hildur Halldórsdóttir var mér ómetanleg hvatning og stoð. Hún er ein af samferðamönnum mínum sem hafa kennt mér að gefa drauma mína aldrei upp á bátinn.

Eftirtaldar skvísur hafa stutt mig vel með hvatningu og góðum ábendingum: Tara Sverrisdóttir, mín elskulega dóttir, Edda Svavarsdóttir, móðir mín, og Matthildur Birgisdóttir, systir mín, Hulda R. Árnadóttir, Alda Sigmundsdóttir, Ólöf Sverrisdóttir, Jóna Thors, Heiðdís Þorsteinsdóttir, Ólöf Björk Þorleifsdóttir, Eva María Jónsdóttir, Harpa Einarsdóttir, Bergljót Arnalds, Áslaug Kirstín Ásgeirsdóttir og Guðrún Egilson. Ég vil líka þakka uppáhaldssyni mínum, Birgi Sverrissyni, fyrir að trúa á þessa bók.

Trausti Traustason var/er góður vinur sem var alltaf tilbúinn að aðstoða mig í tölvuheimi. Hann hefur nú kvatt þessa jörð og þó ég trúi að hann hafi það gott þar sem hann er nú staddur, þá sakna ég hans mikið – bara að við gætum fengið okkur einn kaffi í viðbót saman.

Bjarney Lúðvíksdóttir er öðlingur og engill í mannsmynd – frábær snillingur sem hannaði fyrstu bókarkápuna og heimasíðu Smilers.

Valdimar Sverrisson sá um umbrot bókarinnar og sátum við löngum stundum saman við þá vinnu. Þar sannaðist að auðvelt er að breyta vinnu í skemmtun.

Vífill Valgeirsson vinur minn er meira virði en þyngdar sinnar í gulli. Hann veitti mér tíma og aðstöðu af miklu örlæti og átti stóran þátt í að gera Smiler minn að veruleika.

Jón Gunnar Gunnlaugsson, kær vinur, á heiður og þakkir skilið fyrir að koma Smiler úr tini á koppinn.

Ég vil að endingu færa mínar dýpstu þakkir til allra þeirra sem fagnað hafa boðskap Smilers – hafa trú á honum og nýta hann í daglegu lífi, sér og öðrum til gagns og gamans ☺.

Gegga Birgis

HJARTANS ÞAKKIR!

Ég er í skýjunum af gleði yfir útgáfu fyrstu bókar minnar. Eftirtaldir aðilar veittu mér leiðsögn og stuðning í ferlinu og ég vil þakka þeim af öllu hjarta:

Neale Donald Walsch, höfundur bókanna *Samræður við Guð*, vakti hjá mér sterka trú sem breytti lífi mínu meira til góðs en nokkuð annað. Það má fyrst og fremst þakka persónulegri hvatningu hans að þessi bók varð til.

Em Claire ljóðskáld gaf ljóð sitt *Iceland* til birtingar hér. Hún hefur með innsæi sínu og túlkun hreyft dásamlega við hjarta mínu.

Andrea Pennington er ekki bara styðjandi vinur sem gefur mér mjúkt spark í rass þegar ég held að ég geti ekki meir. Hún er vitur læknir með víðtæka þekkingu á heildrænu heilbrigði. Hún hefur trúað á mig þegar ég gat það illa sjálf og ég get alltaf treyst heiðarleika hennar og heilræðum Ég er stolt yfir því að fyrirtæki hennar sjái um útgáfu bókarinnar, sem lýsir vissu hennar um að hugmyndafræði Smiler geti breytt og bætt líf fólks.

Elsku Björn Eiríksson, fyrsti útgefandi bókarinnar, kvaddi jörðina 2018. Hann var bæði merkileg sál og framúrstefnulegur í bókaútgáfu á Íslandi. Ég er honum óendanlega þakklát fyrir þá trú að boðskapur bókarinnar geti bætt heiminn og ekki síður fyrir að styðja mig, óþekktan höfund, með mína fyrstu bók. Ég trúi því að hans heilagi andi fylgi bókinni að eilífu.

guðlegu uppsprettu, en þú munt þó að lokum finna leið þína aftur að henni. Þetta er andlega leiðin sem við öll erum á.

Gegga deilir persónulegum sögum úr ferðalagi sínu gegnum lífið. Sögurnar eru lærdómsríkar og lýsa vel okkar innri mætti og hvernig við getum, þegar við viljum, tengst okkar náttúrulega eðli sem er hreint, ástríkt og gleðiríkt. Með húmor og einlægni tekst Geggu að afhjúpa hvernig öll áföll í lífinu innihalda andlega leiðsögn. Við erum hvött til að skoða hvaða tilgangur og skilaboð felast í klúðrum, áföllum og mistökum okkar til að gera okkur sterkari, þrautseigari og hamingjusamari, alveg eins og hún hefur gert.

Mér er heiður að því að ljá rödd mína til stuðnings Geggu og heimspeki SMILER, þar sem ég trúi því að þegar við, hvert og eitt, tökum ábyrgð á viðhorfum okkar verðum við hæfari til að stýra því á hvern hátt við veitum öðrum athygli.

Saman getum við breytt heiminum – með einu brosi í einu.

Megi þessi bók blessa þig líkt og hún hefur blessað mig og mína fjölskyldu.

Janúar, 2017
Dr. Andrea Pennington
Monte Carlo, Mónakó

Þessi einfalda speki búddamunksins Thich Nhat Hanh hvöttu Geggu til að taka málin í sínar hendur – og andlit! Gegga skapaði SMILER, dýrmæta gripinn sem minnir á hundabein og þú getur sett á milli vara þinna til að framkalla bros. Þannig umbreytir hann bæði líkama og hug innan frá. Þessi dýrgripur hafði legið í skúffu í fjölda ára, alla tíð síðan Gegga var í Listaháskóla Íslands. Nú, þegar hún hafði fundið nýja ástríðu og ásetning, ákvað hún að SMILER skyldi hjálpa henni á þeim vegi sem henni fannst hún vera leidd til að fylgja.

Sem læknir og nálastungumeðferðaraðili hef ég séð kraftaverk heilunar gerast hjá sjúklingum mínum þegar þeir ákveða, þ.e. taka meðvitaða ákvörðun um, að samstilla huga sinn og athafnir við frið og gleði. Ég veit að máttur jákvæðninnar getur breytt efnafræði líkamans og jafnvel segulorkusviðinu umhverfis okkur. Þannig getur líðan okkar og viðhorf haft áhrif á aðra, án þess jafnvel að við reynum nokkuð til þess! Þegar við stýrum viðhorfum okkar þá virkjum við hæfileikaríka heilarann innra með okkur.

Í þessari bók lýsir Gegga því hvernig við, hvert og eitt, erum kröftugir skaparar og hvernig við getum með töframætti okkar umbreytt lífi okkar með því einu að brosa.

Gegga og SMILER minna þig, lesandi, á að þú getur hvenær sem er breytt viðhorfi þínu og áherslum. Með einni ákvörðun getur þú losað þig við fórnarlambstilfinninguna og risið upp sem sá kröftugi skapari sem þér er ætlað að vera, Smiler.

En hafðu engar áhyggjur, Gegga og hennar dásamlegi SMILER eru hvorki mætt til að predika yfir þér né dæma þig! Þó að skilaboðin hvetji þig til að styrkja trú þína þá er boðskapur SMILER ekki bundinn trúarbrögðum, hann er þó bæði andlegur og persónulegur.

Hið sanna ÞÚ, sem sumir kalla sál, er hluti af guðdómlegri meðvitund, eða Guði. Að lifa hér á jörð krefst þess að þú gleymir (tímabundið) þinni

FORMALI

Hvað ef þú ættir galdrastaf, töfradrykk eða töfraþulu sem gæti skolað burtu sársauka, sorg og drama úr lífi þínu? Hversu oft myndir þú nota þau tól??? Persónulega, þá myndi ég nota slík galdratól oft á dag, alla daga! Á tímum streitu, uppgjafar og innri óeirðar hef ég oft staðið mig að því að óska eftir kraftaverkum. Áður fyrr leitaði ég lausna fyrir utan mig, í von um að einhver, einhverstaðar – hvort sem í næsta húsi eða á himnum væri – gæti bjargað mér. Í dag er ég ánægð með að geta sagt að þeirri leit sé hætt. Nú kalla ég daglega fram bæði töfra og kraftaverk. Þessi bók útskýrir hvernig ég fer að því og hvernig þú getur líka gert það.

Hver blaðsíða bókarinnar er prýdd uppbyggjandi og hrífandi heimspeki sem snertir hjarta mitt persónulega, tónar við mína andlegu þroskaleið og er í samræmi við þá faglegu þjónustu sem ég veiti. Ég trúi loforðinu sem titill bókarinnar felur í sér "Smiler getur öllu breytt."

Frá Íslandi, þar sem trúin er sterk á töfra, álfa og huldufólk, kemur SMILER, (töfra)hljóðfæri gleðinnar. Mín kæra vinkona, Gegga, sem er hæfileikarík listakona, frábær fyrirlesari, umhyggjusamur hjúkrunarfræðingur og ljósmóðir, skapaði SMILER á þeim tíma sem hún sjálf þurfti á töfrum að halda. Þegar hún á erfiðum tímum glímdi við sorg, tilfinningalegan sársauka og lágt sjálfsmat þá heyrði hún viturleg orð sem hvöttu hana til að framkalla sín eigin kraftaverk.

„Ef þú brosir fimm sinnum á dag ÁN TILEFNIS, getur þú breytt lífi þínu á 90 dögum."

Verkfæri sem virka 55

Jákvæðar staðhæfingar 55

Ímynd 56

Þakklæti er málið 58

Ánægjudagbók 62

Núið – í fortíð og framtíð 62

Bænir 64

Hugleiðsla 65

Brostu fimm sinnum á dag – án tilefnis 66

Tónlist og önnur list 69

Dekur 70

Hláturjóga 71

Leikdagur 72

Þakklætislisti – fyrir það sem komið er 73

Þakklætislisti – fyrir það sem koma skal 74

Ásetningur 75

EFNISYFIRLIT

Þessi bók er engin tilviljun 15

Gengið inn í nýtt líf 17

Viltu brosa og breyta heiminum? 19

Smiler er hljóðfæri gleðinnar 21
   Hugmyndkvikn ar 21
   Hugmyndfram kvæmd 22
   Vertu smiler 24

Er Guð merkilegri en þú? 29
   Hver skapar Guð... og okkur hin? 29
   Í stuði með Guði 33

Verði þinn vilji 35
   VERTU tilfinningin 36
   Mátaðu drauma þína 37
   Tæki og tól sköpunar 39

Gefðu með gleði 41
   Bros er segull á óskir þínar 43

Mátturinn og dýrðin felst í brosi þínu 45
   Hamingja er ákvörðun – eymdin líka! 45
   Brostu og þér líður betur 47
   Broslaus maður á ekki að opna búð 50

Gefðu þér góðar gjafir 51
   Iceland – ljóð eftir Em Clair 53

UMSAGNIR

„Þessi bók er ferskur andvari sem minnir okkur á að jafnvel þótt bros virðist vera í milljón mílna fjarlægð þá hefur sú einfalda athöfn að lyfta munnvikunum áhrif á taugakerfið sem leysir úr læðingi vellíðunarhormón og gerir það að verkum að lífið verður skemmtilegra, jafnvel þegar "fake it 'til you make' it" er allt sem hægt er að gera. Brosandi skaltu opna þessa kistu fulla af andlega-uppljómandi innblæstri, finndu hjarta þitt opnast, fylgstu með hvernig dómar þínir hverfa og þú ferð að samþykkja lífið meira eins og það er, taktu eftir hvernig þakklætið blómstar og góðmennskan flæðir, og með tímanum geta jafnvel myrkustu augnablik umbreyst í ósvikna gleði. Þessi bók gefur lesandanum sannarlega tilefni til að brosa."

-*Lissa Rankin*, MD, New York Times
bestselling author of *Mind Over Medicine*

„Elskaði þessa bók. Þessi bók mun algjörlega umbreyta hugsunarhætti þínum, leysa úr læðingi þinn innri skapara. Ég er hjartanlega sammála Geggu þegar hún segir: Hamingjan er val – og eymdin líka!. . . þitt er valið."

-*Rúna Magnús*,
alþjóðlega viðurkenndur branding- fyrirlesari og skipuleggjari,
höfundur bókarinnar *BRANDING YOUR X-FACTOR*.

„Þessi bók er eitthvað! Ef þú hefur einhverjar, einhverjar efasemdir um að skilgreina þinn æðri mátt og sjá sjálfan þig sem skapara í þínu eigin lífi, þá er þetta bókin fyrir þig."

Ingólfur Harðarson,
höfundur bókarinnar *Ferðalag til frelsis*.

Layout: Valdimar Sverrisson

Photo on cover: Bjarney Lúðvíksdóttir

Library of Congress Cataloging-in-Publication Data

Library of Congress Control Number: 2021948416

SMILER Can Change It All

First edition: December 2013

Fernley, Nevada

Publisher: Make Your Mark Global, LTD

p.196

Trade Paperback ISBN 978-0-9980745-3-5

Subjects: Self-help techniques

Summary: You are a Smiler within, a Powerful Creator of your life and experiences. Thoughts, Words and Actions are your magical tools and when you mix them with Love, Joy and Gratitude your life will blossom. This book includes touching real life stories, wit and insightful lessons the artist learned on her journey to set herself free to create her life with joy while inspiring others to do the same.

Printed in the USA & UK

MAKE YOUR MARK GLOBAL PUBLISHING, LTD USA & Monaco

SMILER Can Change It All © 2021 Gegga (Helga Birgisdottir)

Published by Make Your Mark Global Publishing, LTD

The purpose of this book is not to give medical advice, nor to give a prescription for the use of any technique as a form of treatment for any physical, medical, psychological, or emotional condition. The information in this book does not replace the advice of a physician, either directly or indirectly. It is intended only as general information and education. In the event that you use any of the information in this book for yourself, as is your right, the authors and publisher assume no responsibility for your actions. No expressed or implied guarantee of the effect of use of any of the recommendations can be given. The authors and publisher are not liable or responsible for any loss or damage allegedly arising from any information in this book.

Without limiting the rights under copyright reserved above, no part of this publication may be reproduced, stored in, or introduced into a retrieval system, or transmitted in any form or by any means (electronic, mechanical, photocopying, recording, or otherwise), without the prior written permission of the copyright owner.

The scanning, uploading, and distribution of this book via the Internet or any other means without the permission of the publisher is illegal and punishable by law. Please purchase only authorized electronic editions and do not participate in or encourage any electronic piracy of copyrightable materials. Your support of the author's rights is appreciated. And karma will get you if you violate this anyway!

While the author has made every effort to provide accurate information regarding references and Internet addresses at the time of publication, the author does not assume responsibility for errors or changes that occur after publication. The authors also do not assume any responsibility for thirdparty websites and/or their content.

GEGGA

SMILER
GETUR ÖLLU BREYTT

Gegga er eldhugi sem smitar fólk með sköpunarkrafti gleðinnar. Hún hefur lag á að nýta reynslu sína og innsæi til þess að hrífa samferðafólk sitt með sér um áður óþekktar slóðir hugans í átt að aukinni hamingju. Það er ástríða hennar og til þess skapaði hún hjálpartækið Smiler, sem hún kallar hljóðfæri gleðinnar. Smiler hefur þann tilgang að vekja samkennd og virkja sameiginlega ábyrgð okkar til að bæta heiminn. Allir getav erið *smiler* hið innra, segir hún.

Í um 30 ár hefur Gegga starfað sem ljósmóðir og hjúkrunarfræðingur, bæði á almennum sjúkradeildum og á geðdeild.

Hún hefur mikinn áhuga á andlegum fræðum og hefur m.a. sótt námskeið hjá N.D. Walsch (höfundi metsölubókanna *Samræður við Guð*).

Gegga kennir fólki *The Work*, aðferð Byron Katie sem skapar innri frið og frelsi.

Samhliða störfum sínum í heilbrigðisgeiranum heldur hún fyrirlestra og námskeið um Smiler. Hún er NLP- meðferðar- og markþjálfi sem elskar að styðja fólk á leið sinni til betra lífs. Gegga vinnur líka að fjölbreyttri listsköpun en hún er meðBA-gráðu frá Listaháskóla Íslands. Listaverk hennar einkennast af virðingu og ást á *lífinu* í öllum formum þess. (www.gegga.is)

Þú ert þinn eigin skapari – er yfirlýsing sem fáir komast hjá að heyra ef þeir eiga „sálarspjall" við Geggu, eins og hún kallar það. Í daglegu tali og á sinn frjálslega hátt er Geggu eðlilegt að tala um Guð og mátt hans. Hún segir okkur öll vera boðbera kærleikans – hvert á sinn hátt, og er einstaklega fær um að minna okkur á ábyrgð okkar í því hlutverki, gerir það jafnvel skemmtilegt og spennandi.

Á heimasíðu Smiler breiðir Gegga út þennan boðskap og virkjar fólk í að sameina mátt sinn til að bæta heiminn.

Að skapa lífið saman og hafa gaman – er eitthvað svo einfalt ef við bara trúum því.

Hjartanlega velkomin(n) á heimasíðu *Smiler*,
og sjáðu skapandi fólk sem er að breyta heiminum!
www.smiler.is

SMILER
GETUR ÖLLU BREYTT